Impressum
Verlag: BABADADA GmbH, Nedderfeld 112 , 22529 Hamburg
Geschäftsführer / Verlagsleitung: Harald Hof
Druck: Books on Demand GmbH, In de Tarpen 42, 22848 Norderstedt

Imprint
Publisher: BABADADA GmbH, Nedderfeld 112 , 22529 Hamburg, Germany
Managing Director / Publishing direction: Harald Hof
Print: Books on Demand GmbH, In de Tarpen 42, 22848 Norderstedt

koulu

ilé-ìwé

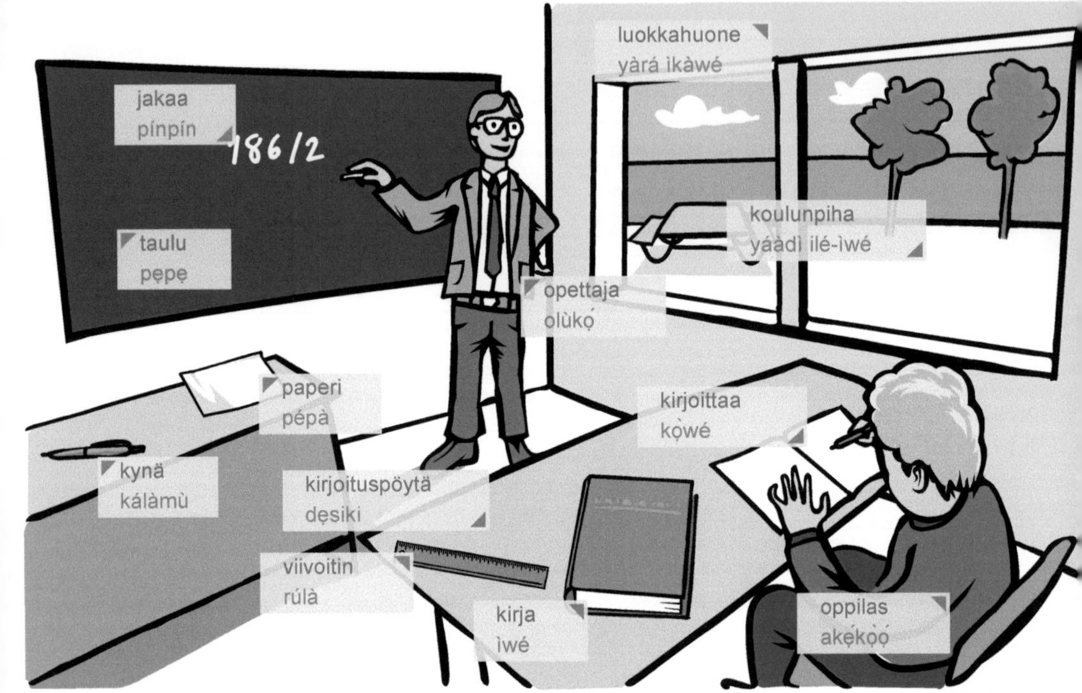

jakaa
pínpín
186/2
taulu
pẹpẹ
luokkahuone
yàrá ìkàwé
koulunpiha
yáàdì ilé-ìwé
opettaja
olùkọ́
paperi
pépà
kirjoittaa
kọ̀wé
kynä
kálàmù
kirjoituspöytä
dẹsiki
viivoitin
rúlà
kirja
ìwé
oppilas
akẹ́kọ̀ọ́

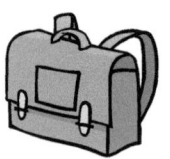

reppu

ọ̀rá

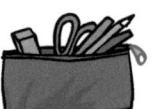

penaali

àpò pẹnsuru

lyijykynä

pẹnsuru

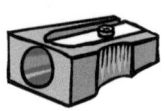

kynänteroitin

olùgbẹ́ pẹnsuru

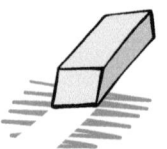

pyyhekumi

rọ́bà

piirustuslehtiö

bọ́tìnnì yíyàwòrán

piirustus

yíyàròwán

pensseli

burọ̀si ọ̀dà

vesivärit

àpótí ọ̀dà

sakset

sisọsi

liima

gúlù

harjoituskirja

ìwé iṣẹ́

kotitehtävä

iṣẹ́ àmúrelé

luku

nọ́mbà

lisätä

àfikún

vähentää

àyọkúrò

kertoa

ìsọdipúpọ̀

laskea

ṣírò

kirjain

lẹ́tà

aakkoset

alábídí

sana

ọ̀rọ̀ sísọ

teksti

ọ̀rọ̀ kíkọ

lukea

kàwé

liitu

ṣọ́ọ̀kì

oppitunti

ìkẹ́kọ̀ọ́

opettajan muistikirja

forúkọsílẹ̀

koe

ìdánwo

todistus

ìwé-ẹ̀rí

koulupuku

aṣọ ilé-ìwé

koulutus

ẹ̀kọ́

sanakirja

ìwé ìmọ̀

yliopisto

yunifasiti

mikroskooppi

ẹ̀rọ gbohùngbohùn

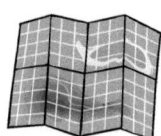

kartta

àwòrán àgbáyé

roskakori

agbọ̀n ìdalẹ̀nù

matka
ìrìn àjò

hotelli
ilé ìtura
Grand
retkeilymaja
ibùgbé akẹ́kọ̀ọ́
rahanvaihto
ibi ìpàrọ̀ owó
EXCHANGE
matkalaukku
àpótí ọwọ́
auto
ọkọ̀ ayọ́kẹ́lẹ́

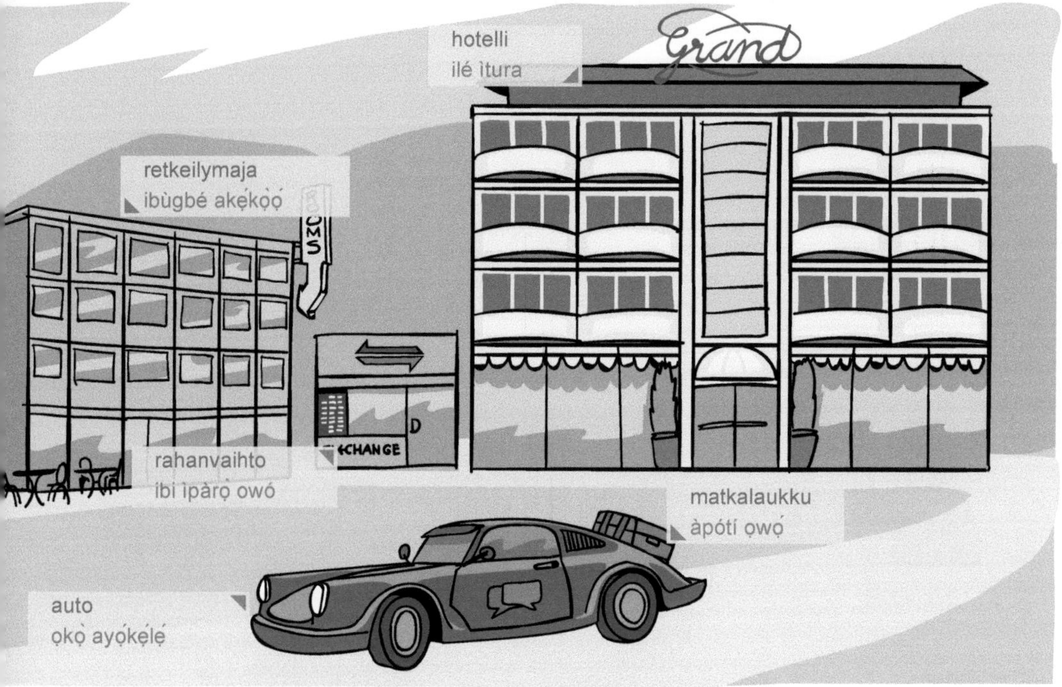

kieli
èdè

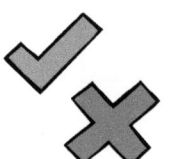

kyllä / ei
bẹ́ẹ̀ni / bẹ́ẹ̀kọ́

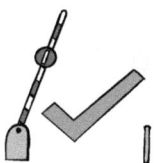

selvä
Ó dára

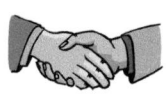

hei
ẹpẹ̀lẹ́

tulkki
olùtúmọ̀ èdè

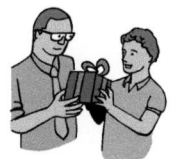

kiitos
O ṣeun

Paljonko...maksaa?

èló ni... ?

en ymmärrä

Kò yé mi

ongelma

ìṣòrọ

Hyvää iltaa!

Ẹ́ káalẹ́!

Hyvää huomenta!

Ẹ kaarọ!

Hyvää yötä!

Ẹ káalẹ́!

näkemiin

ódìgbà

suunta

ìtọ́ni

matkatavarat

ẹrù-ẹni

laukku

báàgì

reppu

àpò ẹ̀yìn

vieras

àlejò

huone

yàrá

makuupussi

báàgì ibùsùn

teltta

àgọ́

turisti-info

àlàyé arìnrìn àjò

ranta

òkun

luottokortti

káàdì arópò owó

aamupala

oúnjẹ àárọ̀

lounas

oúnjẹ ọ̀sán

päivällinen

oúnjẹ alẹ́

matkalippu

tikẹti

hissi

ìgbésókè

postimerkki

èdìdí

raja

àlà

tulli

àwọn àṣà

suurlähetystö

ibi ìwé ìrìnà

viisumi

fisa

passi

ìwé ìrìnà

kuljetus

ọkọ̀

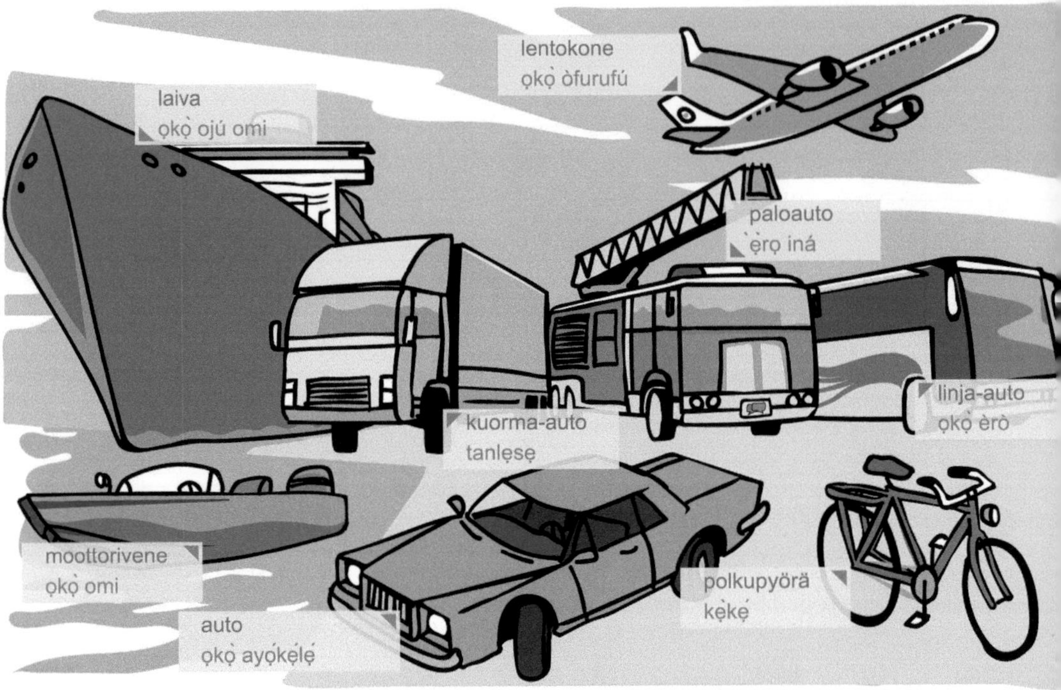

lentokone
ọkọ̀ òfurufú
laiva
ọkọ̀ ojú omi
paloauto
ẹ̀rọ iná
kuorma-auto
tanlẹsẹ
linja-auto
ọkọ̀ èrò
moottorivene
ọkọ̀ omi
polkupyörä
kẹ̀kẹ́
auto
ọkọ̀ ayọ́kẹ́lẹ́

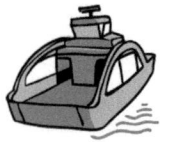

lautta

ọpán

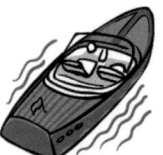

vene

ọpọ́n ojú omi

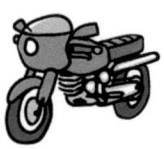

moottoripyörä

atapùpù

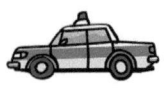

poliisiauto

ọkọ̀ ọlọ́pàá

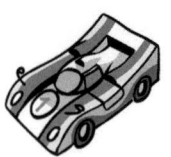

kilpa-auto

ọkọ̀ ìsáré

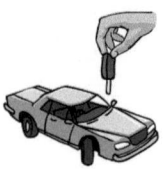

vuokra-auto

ọkọ̀ yíyá

car sharing

àpínlò ọkọ̀

hinausauto

ìgbọ́kọ̀

roska-auto

ọkọ̀ dída ilẹ̀ nù

moottori

manto

polttoaine

epo

huoltoasema

ilé epo

liikennemerkki

àmì iwakọ̀

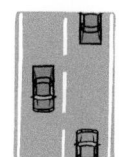

liikenne

ìwakọ̀

ruuhka

súnkẹrẹ

parkkipaikka

ibi ìgbọ́kọ̀sí

rautatieasema

ibùdókọ̀ ojú irin

raiteet

àwọn òpópó

juna

ọkọ̀ ojú irin

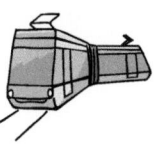

raitiovaunu

ọkọ̀ ori ilẹ̀

vaunu

ẹrù

helikopteri

ęlikǫputa

lentokenttä

ibùdókǫ̀ òfurufú

lähilennonjohto

òpó

matkustaja

èrò

kontti

ibi ìpamǫ́

pahvilaatikko

katun

kärryt

apęrę

kori

agbòn

nousta / laskea

gbéra / balę̀

kaupunki
ìlú

kylä

abúlé

keskusta

àárín ìlú

talo

ilé

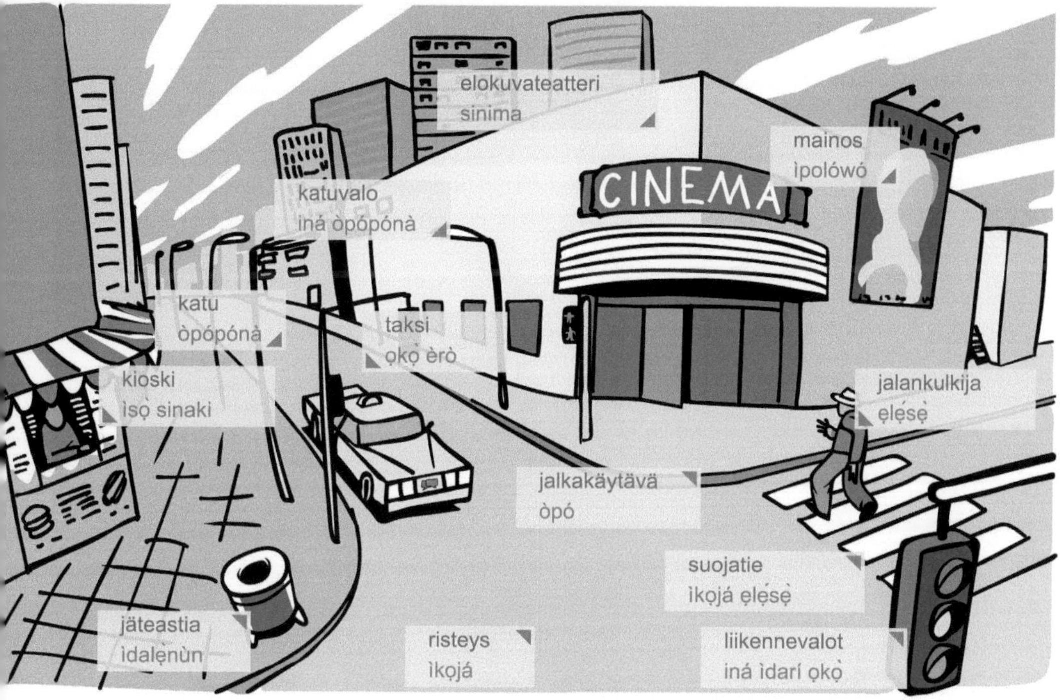
elokuvateatteri
sinima
CINEMA
mainos
ìpolówó
katuvalo
iná òpópónà
katu
òpópónà
taksi
ọkọ̀ èrò
kioski
ìsọ̀ sinaki
jalankulkija
ẹlẹ́sẹ̀
jalkakäytävä
òpó
suojatie
ìkọjá ẹlẹ́sẹ̀
jäteastia
ìdalẹ̀nùn
risteys
ìkọjá
liikennevalot
iná ìdarí ọkọ̀

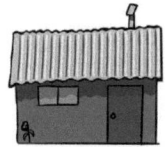

mökki

abà

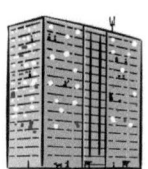

kerrostalo

filati

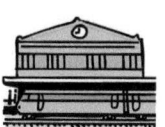

rautatieasema

ibùdókọ̀ ojú irin

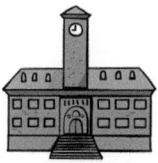

kaupungintalo

ojúde

MUSEUM

museo

musiọmu

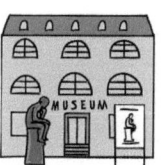

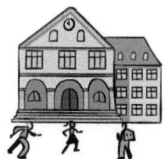

koulu

ilé-ìwé

yliopisto

yunifasiti

pankki

ilé ìfowópamọ́

sairaala

ilé ìwòsàn

hotelli

ilé ìtura

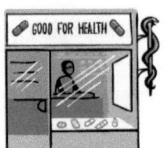

apteekki

olùta ògùn

toimisto

ọfisi

kirjakauppa

ìsọ ìwé

liike

ìsọ̀

kukkakauppa

òdòdó

supermarketti

ibi ìtajà

tori

ọjà

tavaratalo

ibi ẹka iṣẹ́

kalakauppias

ibi ẹja

ostoskeskus

ibi ìrajà

satama

bèbè omi

puisto

ibi ìgbafẹ́

penkki

àga

silta

afárá

portaat

àgàsọ̀

metro

abẹ́ ilẹ̀

tunneli

ihò ilẹ̀

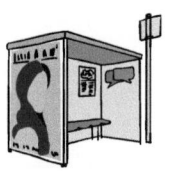

linja-autopysäkki

ibùdókọ̀

baari

ilé ọtí

ravintola

ilé oúnjẹ

postilaatikko

àpótí ìfiwéránṣẹ́

katukyltti

àmì òpópónà

parkkimittari

mita ìgbọ́kọ̀sí

eläintarha

ibi ẹranko

uimala

ibi ìwẹ̀

moskeija

mọ́ṣáláṣí

maatila
oko

ympäristön saastuminen
ìdọ̀tí

hautausmaa
ibi ìsìnkú

kirkko
ilé ìjọsìn

leikkikenttä
ibi ìṣeré

temppeli
tẹmpili

maisema
ẹlẹ́bùú

lehti
ewé

tienviitta
ajúwe

tie
ọ̀nà

niitty
ilẹ̀ koríko

kivi
òkúta

retkeilijä
olùrìn

puu
igi

joki
odò

ruoho
kóriko

kukka
òdòdó

laakso
kòtò

vuori
òkè

järvi
adágún omi

metsä
aginjù

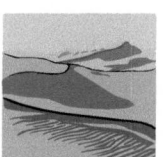

aavikko
aṣálẹ̀

tulivuori
ilẹ̀ ríru

linna
ibùgbé

sateenkaari
òṣùmàrè

sieni
esun

palmu
ọ̀pẹ

hyttynen
`ẹ̀fọn

kärpänen
eṣinṣin

muurahainen
kòkòrò

mehiläinen
oyin

hämähäkki
alantakun

kovakuoriainen

làbọnlàbọn

sammakko

ọpọlọ

orava

ọkẹrẹ ńlá

siili

sẹsẹ

jänis

ọkẹrẹ

pöllö

òwìwí

lintu

ẹyẹ

joutsen

pẹpẹyẹ ńlá

villisika

ẹlẹdẹ igbó

peura

àgbọnrín

hirvi

àgbọnrín ńlá

pato

adágún

tuulimylly

ọpá afẹfẹ

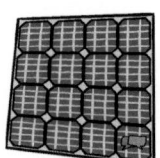

aurinkopaneeli

panẹẹlì òrùn

ilmasto

ojú-ọjọ

ravintola
ilé oúnjẹ

tarjoilija
agbóunjẹ
ruokalista
àkọsílẹ̀ oúnjẹ
tuoli
àga
keitto
ọbẹ̀
pitsa
pisa
pöytäliina
aṣọ tábìlì
ruokailuvälineet
ọ̀bẹ

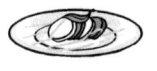

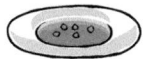

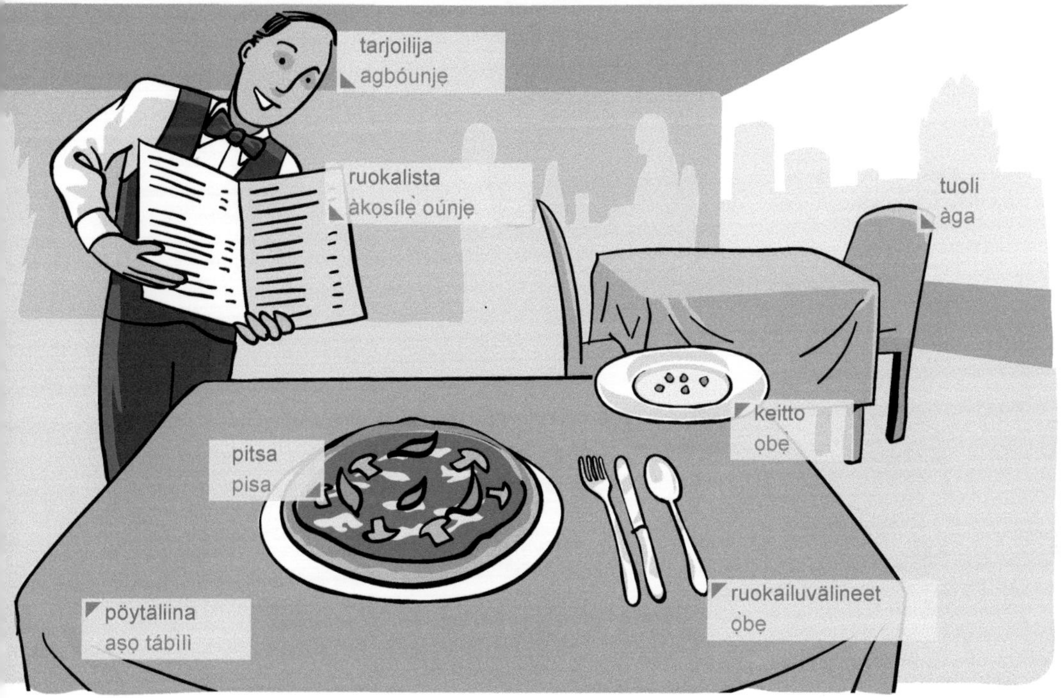

alkuruoka

ìpanu

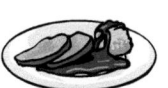

pääruoka

oúnjẹ gangan

jälkiruoka

ìpanu lẹ́yin oúnjẹ

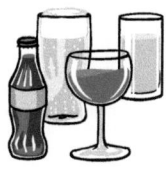

juomat

ohun mímu

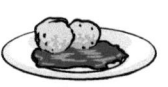

ruoka

oúnjẹ

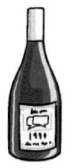

pullo

ìgò

pikaruoka

oúnję kíá

katuruoka

oúnję òpópónà

teekannu

abọ́ tii

sokeriastia

abọ́ ṣúgà

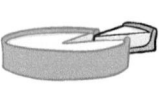

annos

ìpín

espressokeitin

`èrọ ẹsipirẹso

syöttötuoli

àga gíga

lasku

ináwó oṣoṣù

tarjotin

tire

veitsi

ọbẹ

haarukka

fọ́ọ̀kì

lusikka

ṣíbí

teelusikka

ṣíbí tii

servietti

pépà ìnuwọ́

lasi

gilasi

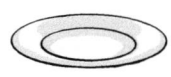

lautanen

abọ́

syvä lautanen

abọ́ ọbẹ̀

aluslautanen

pẹlẹbẹ

kastike

ọbẹ̀

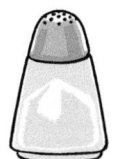

suolasirotin

kòkò iyọ̀

pippurimylly

ìlọta

etikka

fẹniga

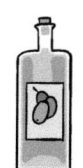

öljy

òróró

mausteet

èròjà

ketsuppi

kẹsọpu

sinappi

mọsitadi

majoneesi

mayonesi

supermarketti

ibi ìtajà

tarjous
ẹ̀dínwó
FOR
asiakas
oníbàárà
maitotuotteet
wàrà
hedelmät
èso
ostoskärryt
ọmọlanke

BUTCHERS

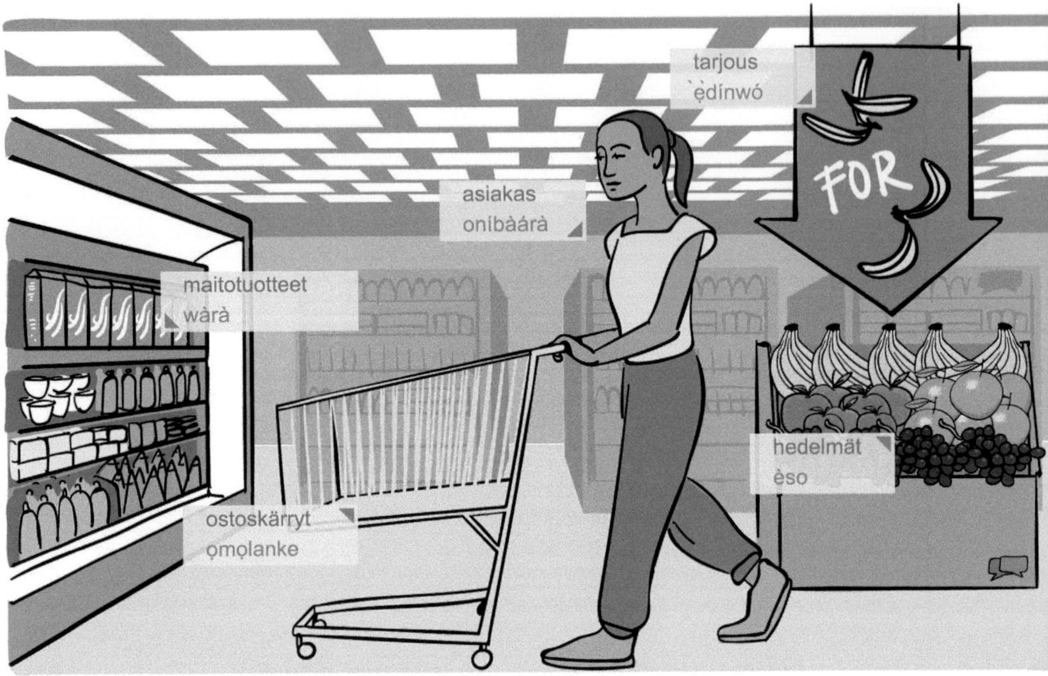

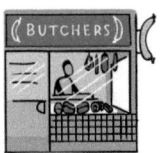

teurastamo

alápatà

BAKERY

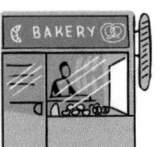

leipomo

beka

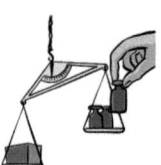

punnita

wọ̀n

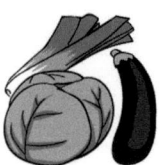

kasvikset

ewébẹ̀

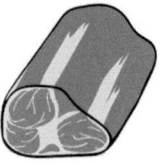

liha

ẹran

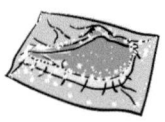

pakasteet

oúnjẹ dídì

leikkele

ẹran tútù

säilykkeet

oúnjẹ agolo

pesujauhe

ọṣẹ ìfọṣọ

makeiset

àdíndùn

kotitaloustarvikkeet

àgbéjáde ẹbí

puhdistusaineet

ohun ìtọ́jú

myyjä

olùtajà

kassa

tili

kassanhoitaja

akawó

ostoslista

àkójọ ìrajà

aukioloajat

wákàtí ìbẹ̀rẹ̀

lompakko

ìpamọ́

luottokortti

káàdì arópò owó

kassi

báàgì

muovipussi

báàgì ọrá

vesi

omi

mehu

omi èso

maito

wàrá

kokis

koki

viini

waini

olut

bia

alkoholi

ọtí líle

kaakao

kòkó

tee

tii

kahvi

kọfí

espresso

ẹsipirẹso

cappuccino

kapusino

banaani

ọgẹdẹ

omena

apu

appelsiini

ọsàn

meloni

`ẹ̀gúsí

sitruuna

òronbò

porkkana

karọti

valkosipuli

galiki

bambu

ọparun

sipuli

àlùbọ́sà

sieni

esun

pähkinät

`ẹpà

spagetti

nodu

spagetti

sipajẹti

riisi

ìrẹsì

salaatti

saladi

ranskalaiset

ìpanu

paistetut perunat

ànàmọ́ díndín

pitsa

pisa

hampurilainen

bọ́gà

voileipä

sanwiṣi

leike

ẹran sísun

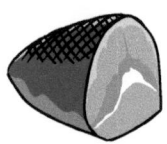

kinkku

ẹsẹ̀ ẹlẹ́dẹ̀

salami

salami

makkara

sọseji

kana

ẹran ẹdìyẹ

paisti

sun

kala

ẹja

kaurahiutaleet

oti pọreji

mysli

musẹli

murot

confulakisi

jauho

iyẹ̀fun

voisarvi

kirosanti

sämpylä

rolu búrẹ̀dì

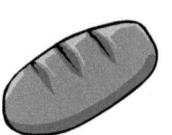

leipä

burẹdi

paahtoleipä

dín

keksit

bisikiti

voi

bọ́tà

rahka

kọdu

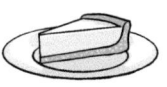

kakku

keki

kananmuna

ẹyin

paistettu kananmuna

ẹyin díndín

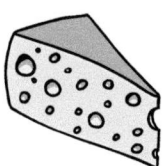

juusto

ṣiṣi

jäätelö

aisi kirimu

sokeri

şúgà

hunaja

oyin

hillo

jamu

suklaapähkinälevite

àfira şokoleti

curry

kọri

maatila
oko

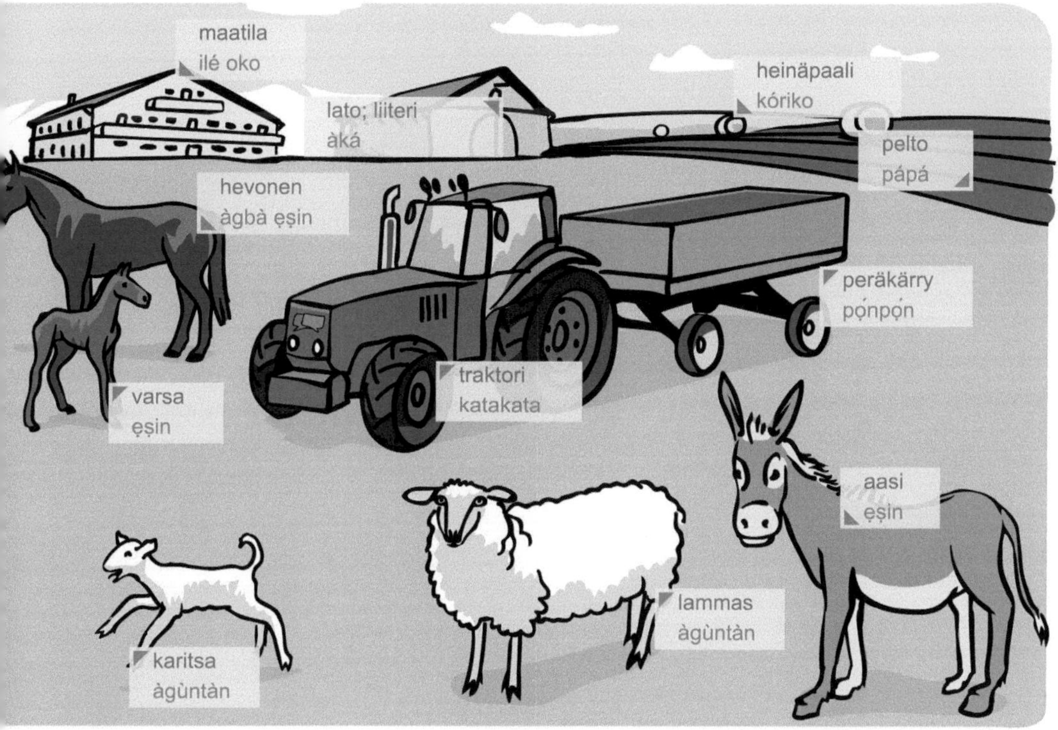

maatila
ilé oko
lato; liiteri
àká
heinäpaali
kóriko
pelto
pápá
hevonen
àgbà ẹṣin
peräkärry
pọ́npọ̀n
traktori
katakata
varsa
ẹṣin
aasi
ẹṣin
lammas
àgùntàn
karitsa
àgùntàn

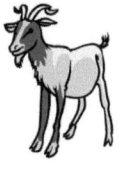

vuohi

ewúrẹ́

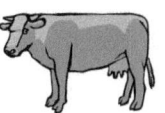

lehmä

máàlù

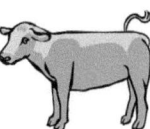

vasikka

ọ̀dọ́ àgùntàn

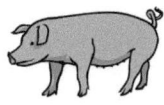

sika

ẹlẹ́dẹ̀

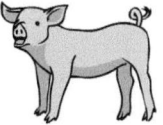

porsas

ọmọ ẹlẹ́dẹ̀

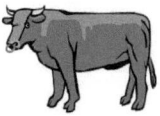

sonni

àgbò

hanhi

ọmọ pẹ́pẹ́yẹ

ankka

pẹ́pẹ́yẹ

tipu

ọmọ adìyẹ

kana

adìyẹ

kukko

àkùkọ

rotta

èkúté

kissa

olóngbò

hiiri

eku

härkä

kẹ́tẹ́kẹ́tẹ́

koira

ajá

koirankoppi

ilé ajá

puutarhaletku

ọ̀pá ọgbà

kastelukannu

abọ́ omi

viikate

scythe

aura

ọkọ̀ irúgbìn

sirppi

abẹ oko

kuokka

ọkọ́

talikko

irinṣẹ́ kóriko

kirves

àáké

kottikärryt

wilibaro

kaukalo

àgbá

maitokannu

abọ wàrà

säkki

àpò

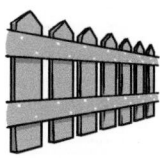

aita

ògiri

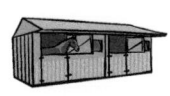

talli

pẹpẹ oko

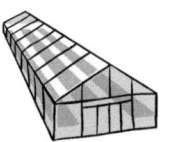

kasvihuone

ibi ìdáko

maa

ilẹ̀

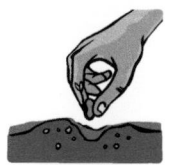

siemen

irúgbìn

lannoite

ajílẹ̀

leikkuupuimuri

àkópọ̀ olùkórè

kerätä sato
ìkórè

sato
ìkórè

jamssit
iṣu

vehnä
bàbà

soija
soya

peruna
ànàmọ́

maissi
àgbàdo

rypsi
irúgbìn rapu

hedelmäpuu
igi èso

maniokki
ẹ̀gẹ́

vilja
jéró

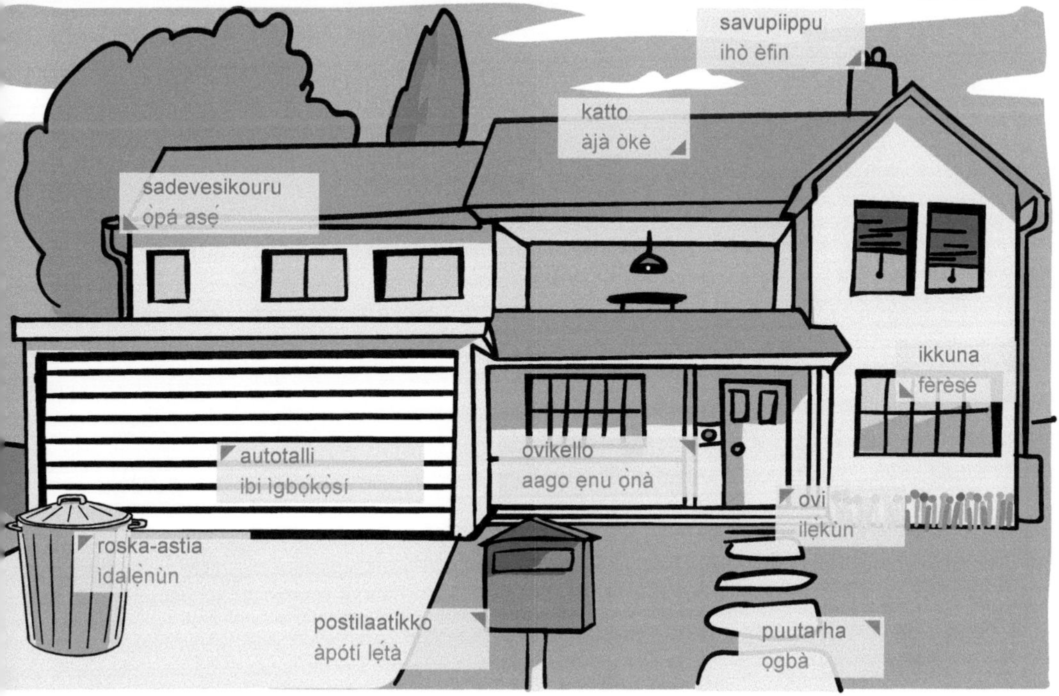

savupiippu
ihò èfin

katto
àjà òkè

sadevesikouru
ọ̀pá asẹ́

ikkuna
fèrèsé

autotalli
ibi ìgbọ́kọ̀sí

ovikello
aago ẹnu ọ̀nà

ovi
ilẹ̀kùn

roska-astia
idalẹ̀nùn

postilaatíkko
àpótí lẹ́tà

puutarha
ọgbà

olohuone

yàrá ìgbé

kylpyhuone

ilé ìwẹ̀

keittiö

ilé ìdáná

makuuhuone

yàrá ìbùsùn

lastenhuone

yàrá ọmọdé

ruokahuone

yàrá ìjẹun

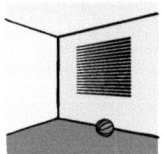

lattia

ilẹ̀

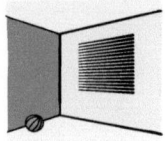

seinä

ògiri ilé

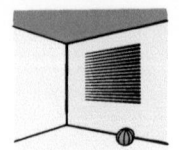

katto

àjà

kellari

sẹla

sauna

sauna

parveke

ọdẹ̀dẹ̀

terassi

ọ̀nà

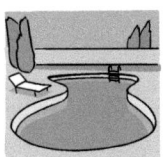

uima-allas

ibi ìwẹ̀

ruohonleikkuri

ẹ̀rọ ìgéko

lakana

ojú-ewé

päiväpeitto

aṣọ orí ibùsùn

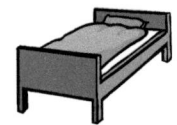

sänky

ibùsùn

harja

ọwọ̀

ämpäri

garawa

katkaisin

yípo

olohuone
yàrá ìgbé

tapetti
pépà ògiri
kuva
àwòrán
lamppu
iná
hylly
ṣẹfu
kaappi
kọbọdu
televisio
àmóhùnmáwòrán
takka
ibi ìdáná
kukka
òdòdó
tyyny
tìmùtìmù
sohva
sọfa
maljakko
fasi
kaukosäädin
ìdarí takété

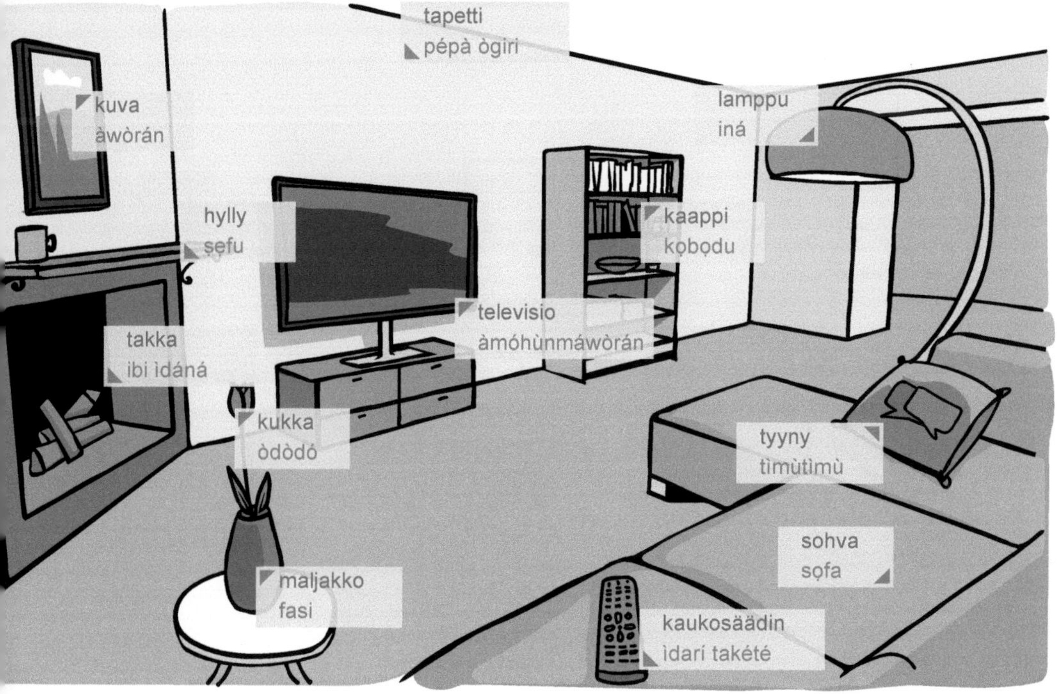

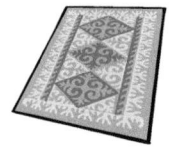

matto
kapẹti

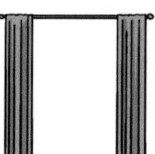

verho
kọtini

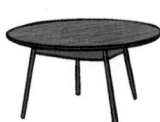

pöytä
tábìlì

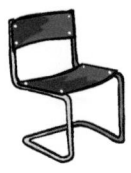

tuoli
àga

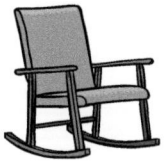

keinutuoli
àga amìtìtì

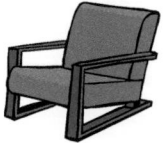

nojatuoli
àga ọlọ́wọ́

kirja

ìwé

peitto

aṣọ ìbora

koriste

ọ̀ṣọ́

polttopuut

igi ìdáná

elokuva

fíìmù

stereot

irinṣẹ́ hi-fi

avain

kọ̀kọ́rọ́

sanomalehti

ìwé ìròyìn

maalaus

kíkunlé

juliste

àlẹ̀mọ́

radio

redio

muistivihko

ìkọ̀wé

pölynimuri

ufa

kaktus

kakitọsi

kynttilä

àbẹ́là

keittiö
ilé ìdáná

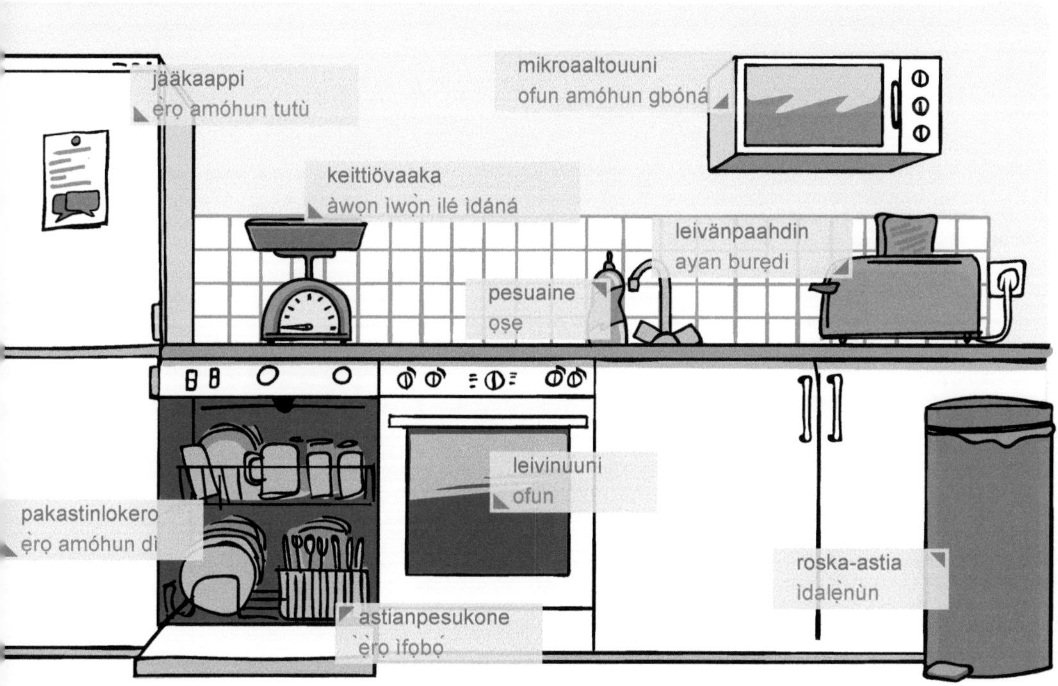
jääkaappi
ẹ̀rọ amóhun tutù
mikroaaltouuni
ofun amóhun gbóná
keittiövaaka
àwọn ìwọ̀n ilé ìdáná
leivänpaahdin
ayan burẹdi
pesuaine
ọṣẹ
leivinuuni
ofun
pakastinlokero
ẹ̀rọ amóhun dì
roska-astia
ìdalẹ̀nùn
astianpesukone
ẹ̀rọ ìfọbọ́

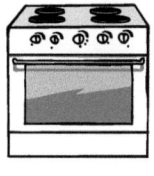

liesi

ìdáná

kattila

ìṣasun

rautapata

ìṣasun irin

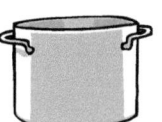

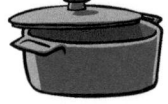

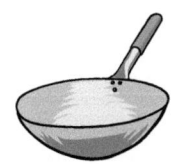

okkipannu / kadai-pannu

wok / kadai

paistinpannu

panu

teepannu

kẹturu

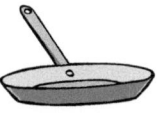

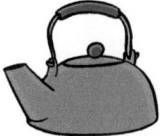

höyrykeitin

amoru

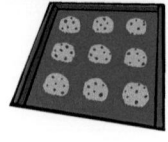

uunipelti

pẹpẹ ìdáná

astiat

dídáná

muki

ife gilasi

kulho

àdému

syömäpuikot

igi ìjẹun

kauha

ladu

paistinlasta

ṣíbí kòtò

vispilä

wisiki

siivilä

sitirena

siivilä

asẹ́

raastin

gireta

mortteli

odó

grilli

àsun

avotuli

ibi ìdáná

leikkuulauta

pẹpẹ gígé

kaulin

igi ìlọ̀

korkinavaaja

kọkisukuru

purkki

agolo

purkinavaaja

olùṣí agolo

pannulappu

àdìmú ìṣasun

lavuaari

kòtò

tiskiharja

burọṣi

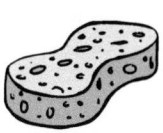

pesusieni

kaninkanin

tehosekoitin

ẹ̀rọ ilọta

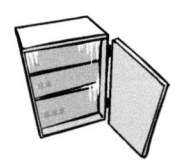

pakastin

ẹ̀rọ amóhun dì oníkòtò

tuttipullo

ohun ijẹun ọmọdé

vesihana

ẹnu ẹ̀rọ omi

kylpyhuone
ilé ìwẹ̀

lämmitys
gbígbóná
pyyhe
tawẹli
suihku
ìwẹ̀
suihkuverho
kọtini ìwẹ̀
vaahtokylpy
ìwẹ̀ ọlọ́ṣẹ
kylpyamme
ibi ìwẹ̀
lasi
gilasi
pesukone
ẹ̀rọ ìfọṣọ
vesihana
ẹnu ẹ̀rọ omi
kaakelit
àlẹ̀mọ́lẹ̀
potta
pó
lavuaari
kòtò

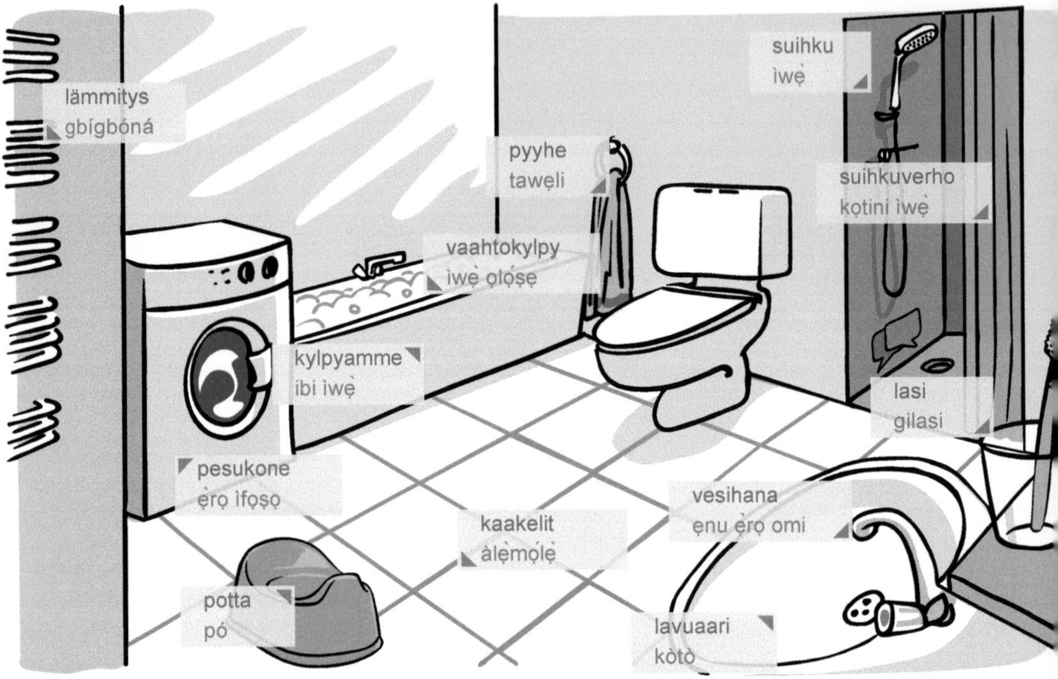

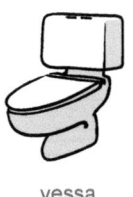

vessa

ibi ìyàgbẹ́

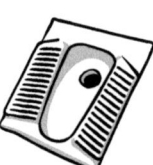

kyykkyvessa

ibi ṣálángá

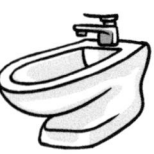

bidee

bidẹti

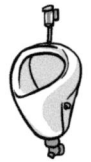

pisuaari

títọ̀

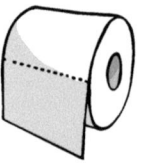

vessapaperi

pépa ibi ìyàgbẹ́

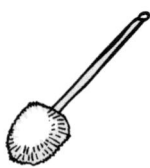

vessaharja

burọṣi ìbi ìyàgbẹ́

hammasharja

igi ífọnu

hammastahna

ọṣẹ ífọnu

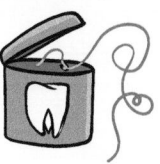

hammaslanka

filọsi eyin

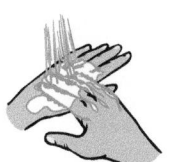

pestä

fọṣọ

käsisuihku

ìwẹ̀ ọlọ́wọ́

intiimisuihku

doṣi

pesuvati

basin

selkäharja

burọṣi ẹ̀yìn

saippua

ọṣẹ

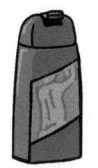

suihkugeeli

gẹli ìwẹ̀

shampoo

ọṣẹ irun

pesulappu

filanẹni

viemäri

sẹ́

voide

ìpara

deodorantti

olóòrùn dídún

peili

dingi

käsipeili

díngi ọwọ́

partaveitsi

abẹ

partavaahto

fomu ifárungbọ̀n

partavesi

lẹ́yìn ifarungbọ̀n

kampa

ìyarun

harja

burọ̀sì

hiustenkuivaaja

agbẹrun

hiuslakka

ìparun

meikki

ìmúra

huulipuna

ìtọ́tè

kynsilakka

fanìṣi èkaná

pumpuli

òwú

kynsisakset

sisọ̀si èkaná

hajuvesi

pafumu

kosmetiikkalaukku

báàgì ìwẹ̀

jakkara

àga

vaaka

ìwọ̀n

kylpytakki

okùn ìwẹ̀

kumihansikkaat

ìbọ̀wọ́ rọ́bà

tamponi

tampun

terveysside

ìnuwọ́

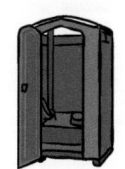

kemiallinen wc

ṣálángá kẹmika

lastenhuone

yàrá ọmọdé

herätyskello
aago ìtaniji
pehmolelu
ìṣeré
leikkiauto
ọkọ̀ ìṣeré
helistin
ratu
nukkekoti
ilé bèbí
lahja
ẹ̀bùn

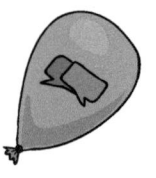

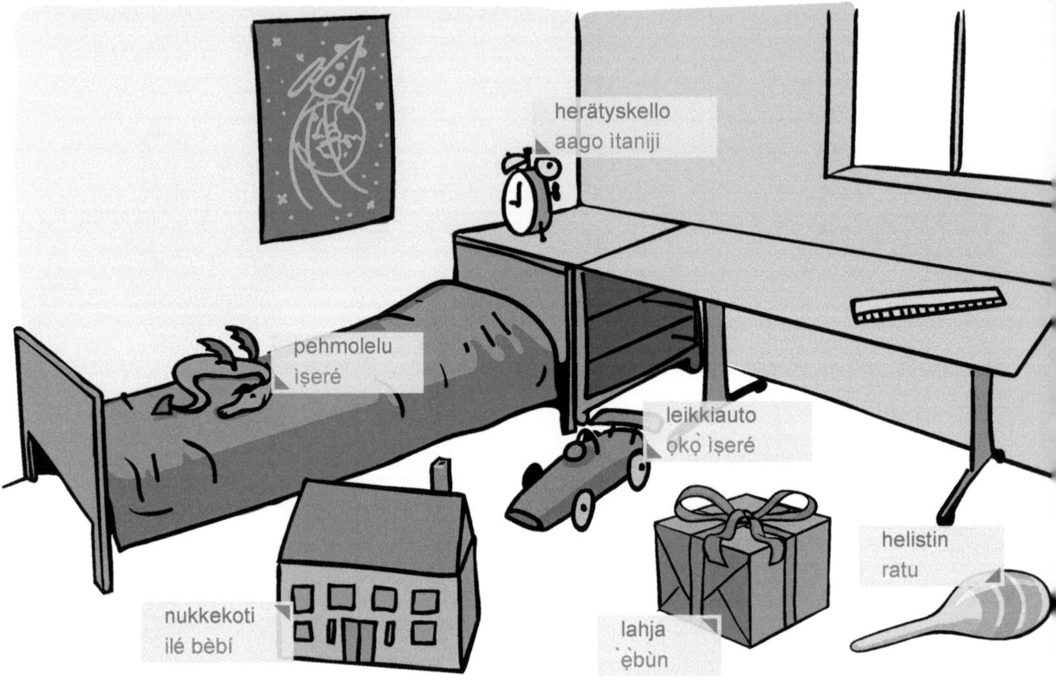

ilmapallo

fèrè

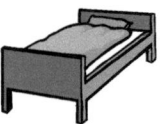

sänky

ibùsùn

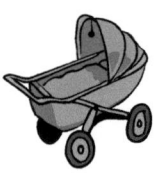

lastenvaunut

ìgbọ́mọ

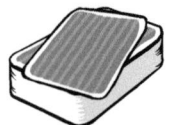

korttipeli

àpapọ̀ káàdì

palapeli

ayùn

SUPER MEGA

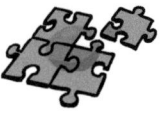

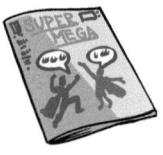

sarjakuva

àwàdà

legopalikat

àwọn biriki

rakennuspalikat

ohun ìṣeré

supersankari

figọ ìṣe

potkupuku

ìdàgbàsókè

frisbee

firisibi

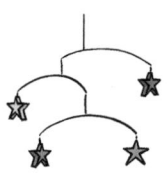

mobile

alágbèéká

lautapeli

eré pẹpẹ

noppa

daisi

pienoisjunarata

àkópọ ìkọni àwòṣe

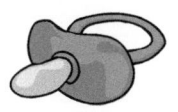

tutti

dọmi

juhlat

ayẹyẹ

kuvakirja

ìwé àwòrán

pallo

bọọ̀lù

nukke

bèbí

leikkiä

ṣeré

hiekkalaatikko

kòtò yẹ̀pẹ̀

keinu

jangilofa

lelut

àwọn ìṣeré

pelikonsoli

kọ́nsolu ìṣeré fídíò

kolmipyörä

ẹlẹ́sẹ̀ mẹta

nalle

bèbí ọmọdé

vaatekaappi

ibi ìkàṣọsi

vaatteet

aṣọ

sukat

sọkisi

nylonsukat

sitọkin

sukkahousut

ṣòkòtò

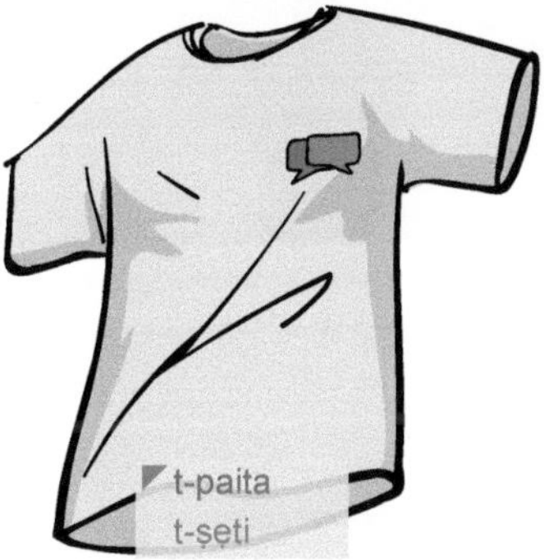

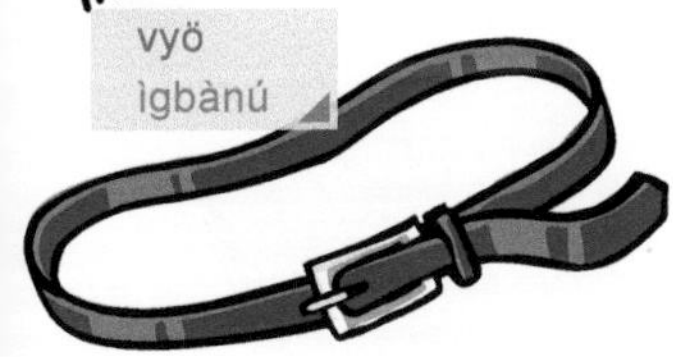

kaulaliina
sikafu

vyö
ìgbànú

sateenvarjo
agbòjò

t-paita
t-ṣeti

lenkkarit
àwọn olùkọni

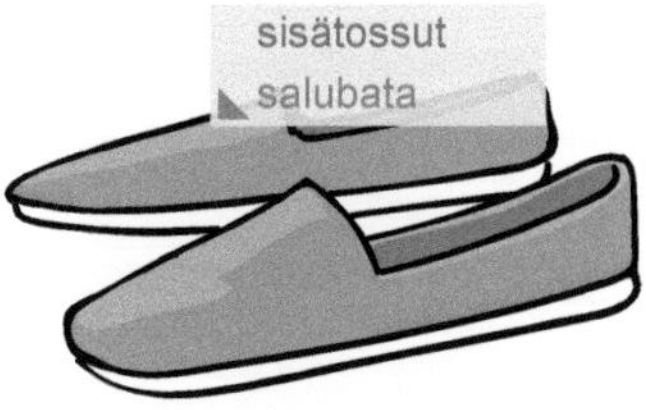

saappaat
bàtà

sisätossut
salubata

sandaalit
....
salubata

kengät
....
bàtà

kumisaappaat
....
bàtà òjò

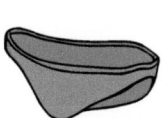

alushousut
....
pátá

rintaliivit
....
kọ́mú

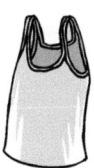

aluspaita
....
fẹsiti

body
ara

housut
sòkòtò

farkut
kakí

hame
sikęti

pusero
bulausi

paita
sęti

villapaita
dúró

collegepaita
ìbòrí

jakku
așǫ òkè

takki
așǫ otútù

takki
kotu

sadetakki
așǫ òjò

puku
ìmúra

mekko
wọșọ

hääpuku
așǫ ìgbéyàwó

puku

sutu

yöpaita

aṣọ àwọsùn

pyjama

pijama

shari

sari

päähuivi

gèlè

turbaani

tọbanu

burka

bọka

kaftaani

kafitani

abaya

abaya

uimapuku

aṣọ ìwẹdò

uimahousut

aṣọ àwọsókè

shortsit

penpe

verkkarit

kotu

esiliina

aṣọ ìdáná

käsineet

ìbọwọ́

nappi

bọ́tìnnì

silmälasit

awò

rannekoru

ẹ̀gbà ọwọ́

kaulakoru

ẹgbà ọrùn

sormus

òrùka

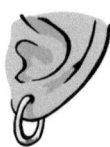

korvakoru

gbígbọ́

lippalakki

filà

ripustin

ìkọ́ kotu

hattu

àkẹtẹ̀

solmio

tai

vetoketju

sipu

kypärä

koto

henkselit

biresi

koulupuku

aṣọ ilé-ìwé

univormu

yunifọmu

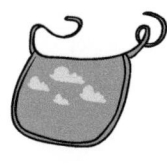

ruokalappu

bibu

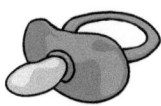

tutti

dọmi

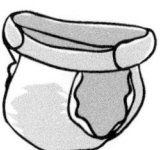

vaippa

ìlédìí

toimisto

ọfisi

palvelin
olùpín
asiakirjakaappi
ibi àkópamọ́ faili
tulostin
ẹ̀rọ ìtẹ̀wé
paperi
pépà
näyttö
aṣàfihàn
hiiri
atọ́ka
kirjoituspöytä
dẹsiki
kansio
fódà
näppäimistö
àtẹ bọ́tìnnì
roskakori
agbọ̀n ìdalẹ̀nù
tuoli
àga
tietokone
kọ̀mpútà

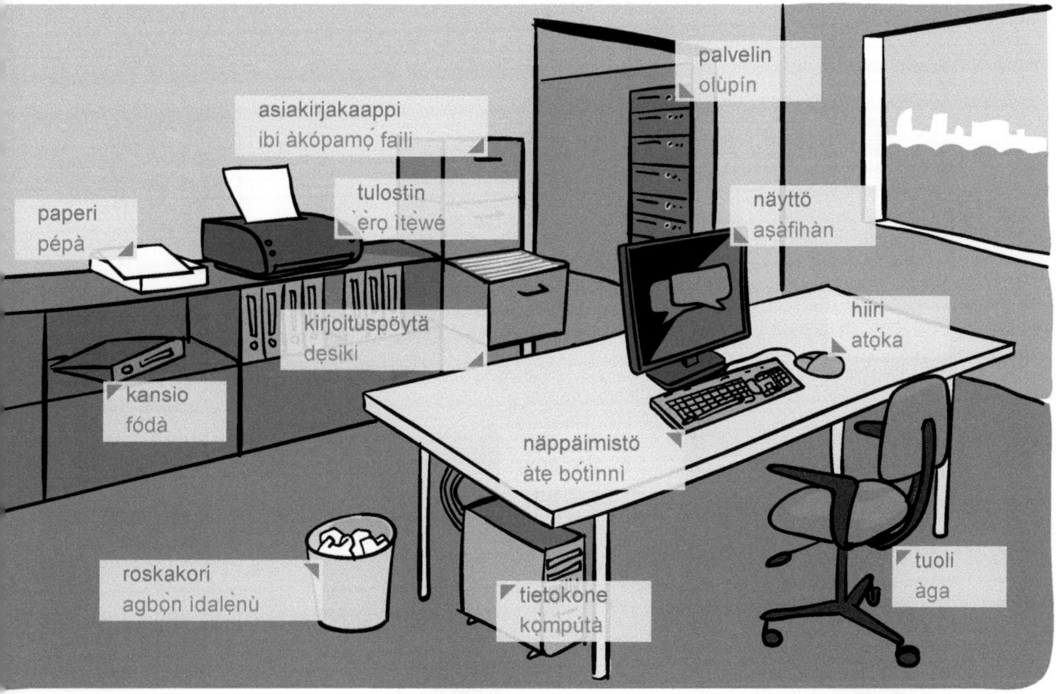

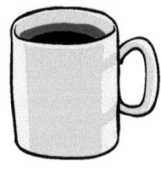

kahvimuki

ife kọfí

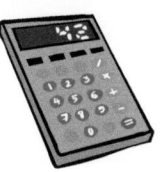

taskulaskin

ẹ̀rọ ìṣirò

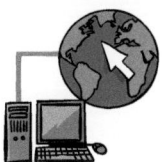

internet

ayélujára

kannettava tietokone

kọmpútà àgbélétan

kirje

lẹ́tà

viesti

ìfiránṣẹ́

kännykkä

alágbèéká

verkko

nẹ́tíwọ̀kì

kopiokone

`ẹ̀rọ ẹdà

ohjelmisto

sọftwia

puhelin

`ẹ̀rọ ìbánisọ̀rọ̀

pistorasia

ihò iná

faksi

ẹ̀rọ fakisi

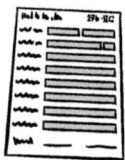

lomake

fọ́ọ̀mù

asiakirja

ìwé àkọsílẹ̀

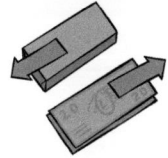

ostaa
rà

maksaa
sanwó

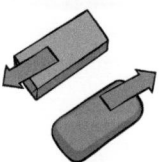

vaihtaa
ṣòwò

raha
owó

dollari
dọla

euro
yuro

jeni
yẹni

rupla
rọbu

frangi
Siwisi frans

renminbi juan
renminbi yuan

rupia
rupi

pankkiautomaatti
ibi owó

rahanvaihto

ibi ìpàrọ̀ owó

kulta

wúrà

hopea

fàdákà

öljy

epo

energia

agbára

hinta

iye

sopimus

àdéhùn

vero

owó orí

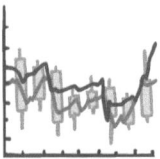

osake

ìpín ọjà

työskennellä

ṣiṣẹ́

työntekijä

òṣìṣẹ́

työnantaja

agbani síṣẹ́

tehdas

ilé iṣẹ́

liike

ìsọ̀

talous - ọrọ̀ ajé

ammatit
àwọn iṣẹ́ ààyò

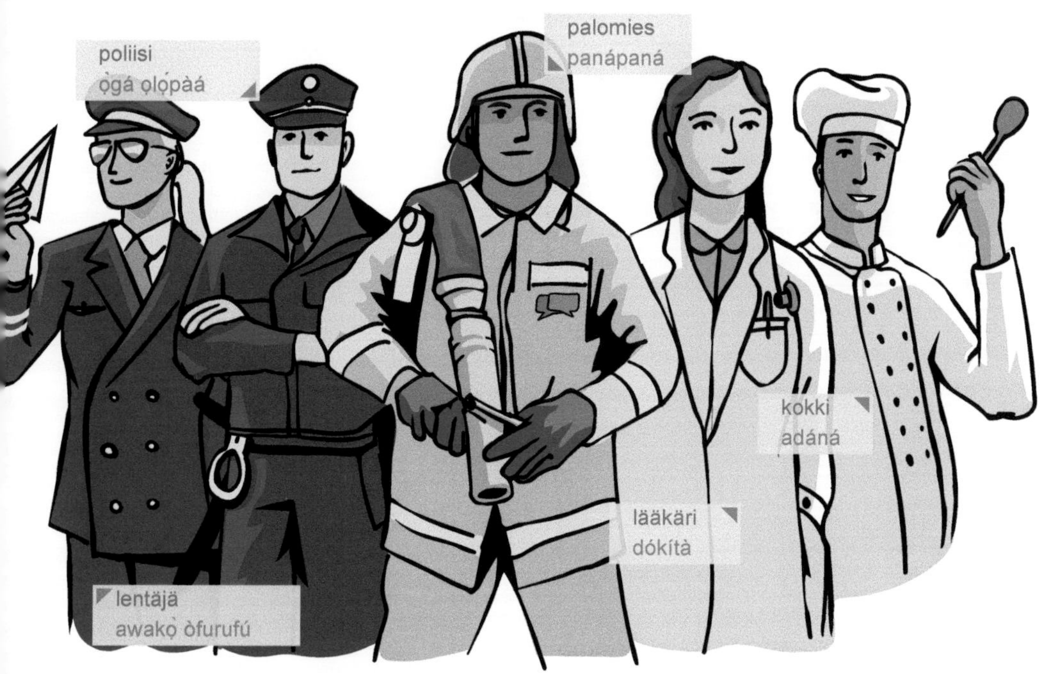
poliisi
ọ̀gá ọlọ́pàá
palomies
panápaná
kokki
adáná
lääkäri
dókítà
lentäjä
awakọ̀ òfurufú

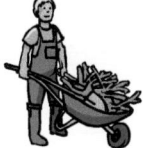

puutarhuri

olọ́gbà

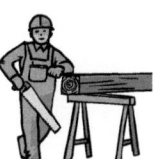

puuseppä

gbẹ́nàgbẹ́nà

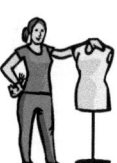

ompelija

aránṣọ

tuomari

adájọ́

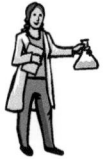

kemisti

olóògùn

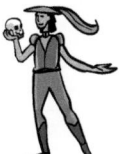

näyttelijä

òṣèré

linja-autonkuljettaja

awakọ̀ èrò

taksinkuljettaja

awakọ̀ èrò

kalastaja

apẹja

siivooja

omidan agbálẹ̀

katontekijä

kanlékanlé

tarjoilija

agbóunjẹ

metsästäjä

ọdẹ

maalari

akunlé

leipuri

olùṣe ìyẹ̀fun

sähköasentaja

aṣàtúnṣe iná

rakentaja

akọlé

insinööri

amojú ẹ̀rọ

teurastaja

alápatà

putkiasentaja

pulọmba

postinjakaja

afiwé ránṣẹ́

sotilas

jagunjagun

arkkitehti

ayàwòrán ilé

kassanhoitaja

akawó

floristi

olódòdó

kampaaja

aşerun lóge

konduktööri

adarí èrò

mekaanikko

aşàtúnşe ọkọ̀

kapteeni

adarí

hammaslääkäri

olùtọ́jú eyin

tiedemies

onímọ̀ ìjìnlẹ̀

rabbi

olùkọ́ni

imaami

imamu

munkki

mọnki

pappi

òjíṣẹ́ Ọlọ́run

työkalut
àwọn irinṣẹ́

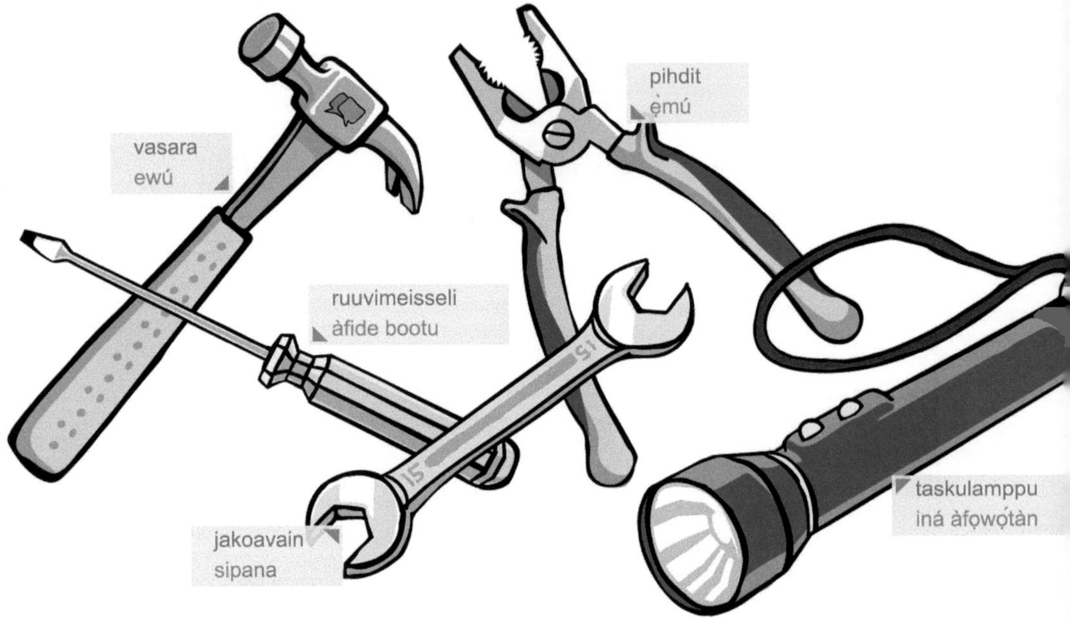
vasara
ewú
pihdit
ẹmú
ruuvimeisseli
àfide bootu
jakoavain
sipana
taskulamppu
iná àfọwọ́tàn

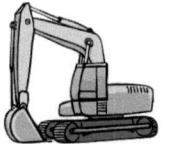

kaivinkone

jiga

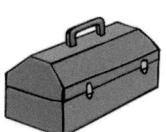

työkalupakki

àpótí irinṣẹ́

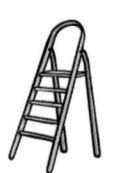

tikkaat

àgàsọ̀

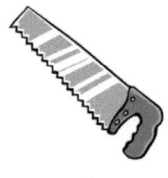

saha

ayùn

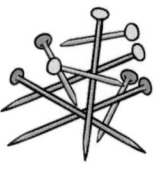

naulat

èṣó

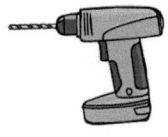

pora

ìlu

korjata
túnṣe

lapio
ṣọbìrì

Hitto!
Adágún!

rikkalapio
igbá ìdọ̀tí

maalipurkki
kòkò ọ̀dà

ruuvit
bootu

soittimet
àwọn irinṣẹ́ orin

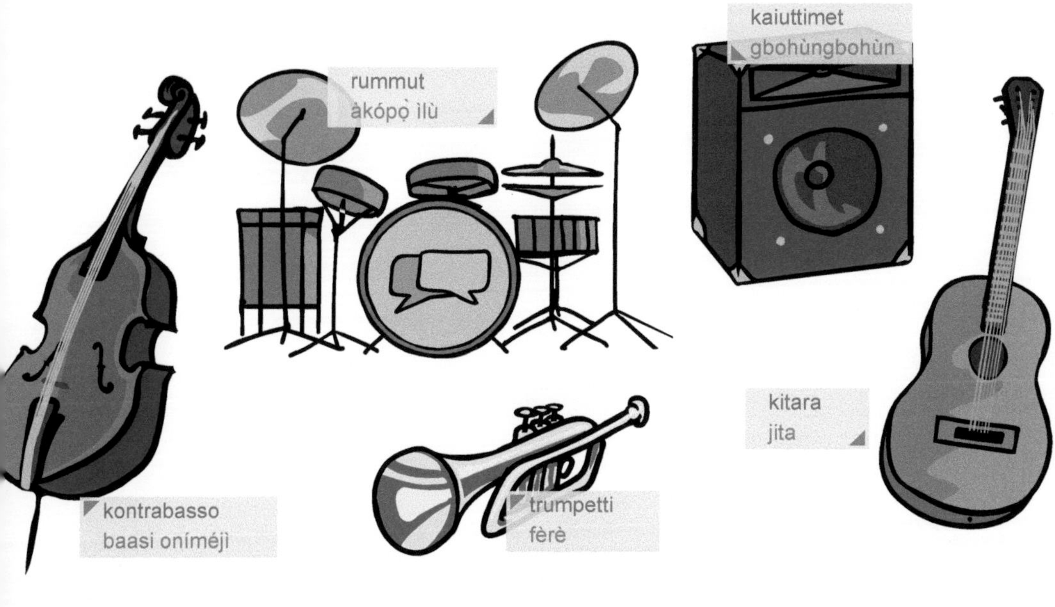

rummut
àkópọ̀ ìlù

kaiuttimet
gbohùngbohùn

kontrabasso
baasi oníméjì

trumpetti
fèrè

kitara
jita

piano

dùrù

viulu

faolin

basso

baasi

patarummut

timpani

rumpu

àwọn ìlù

kosketinsoitin

kiibọdu

saksofoni

sasofonu

huilu

fèrè ìpè

mikrofoni

`ẹrọ gbohùngbohùn

eläintarha
ibi ẹranko

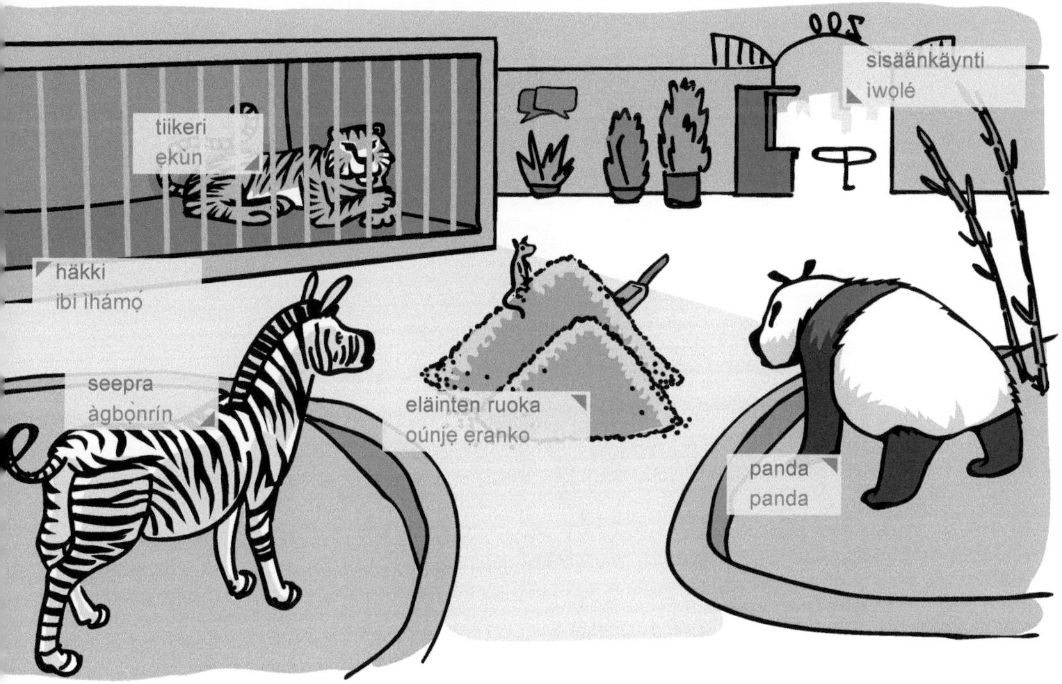
tiikeri
ẹkùn
häkki
ibi ìhámọ́
seepra
àgbọ̀nrín
eläinten ruoka
oúnjẹ ẹranko
panda
panda
sisäänkäynti
ìwọlé

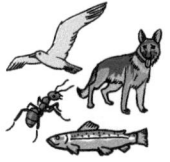

eläimet

àwọn ẹranko

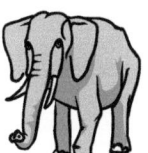

norsu

erin

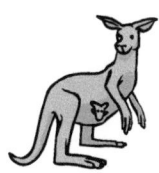

kenguru

kangaruu

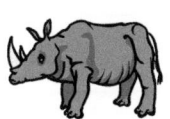

sarvikuono

raino

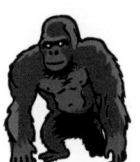

gorilla

ọ̀bọ lagido

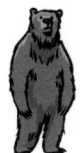

karhu

biari

kameli

kẹ́tẹ́kẹ́tẹ́

strutsi

ẹyẹ agùnlọ́rùn

leijona

kìniún

apina

ọ̀bọ

flamingo

yọjayọja

papukaija

ayékòótọ́

jääkarhu

biari omi

pingviini

pinguin

hai

ṣaki

riikinkukko

ọ̀kín

käärme

ejò

krokotiili

ọnì

eläintarhanhoitaja

olùtọ́jú ibi ẹranko

hylje

sìli

jaguaari

jagua

poni
poni

leopardi
ẹkùn

virtahepo
ẹran omi

kirahvi
jirafi

kotka
àṣá

villisika
ẹlẹ́dẹ́ igbó

kala
ẹja

kilpikonna
ìjàpá

mursu
wọrọsi

kettu
kọ̀lọ̀kọ̀lọ̀

gaselli
gasẹli

amerikkalainen jalkapallo
Bọ́ọ̀lù àfẹsẹ̀gbá Amẹrika

pyöräily
kẹ̀kẹ́

tennis
tẹnisi

koripallo
bọ́ọ̀lù agbọ̀n

uinti
ìwẹ̀ odò

jääkiekko
ọki yìnyín

nyrkkeily
ẹlẹ́sẹ̀ẹ́

jalkapallo
bọ́ọ̀lù àfẹsẹ̀gbá

sulkapallo
badmintin

yleisurheilu
àwọn tí ń sáré

käsipallo
bọ́ọ̀lù ọlọ́wọ́

hiihto
eré orí yìnyín

poolo
polo

aktiviteetit
àwọn iṣẹ́

nauraa
rẹ́rìín
hypätä
fò
halata
dìmọ́
kävellä
rìn
laulaa
kọrin
unelmoida
àlá
rukoilla
gbàdúrà
suudella
fẹnukò

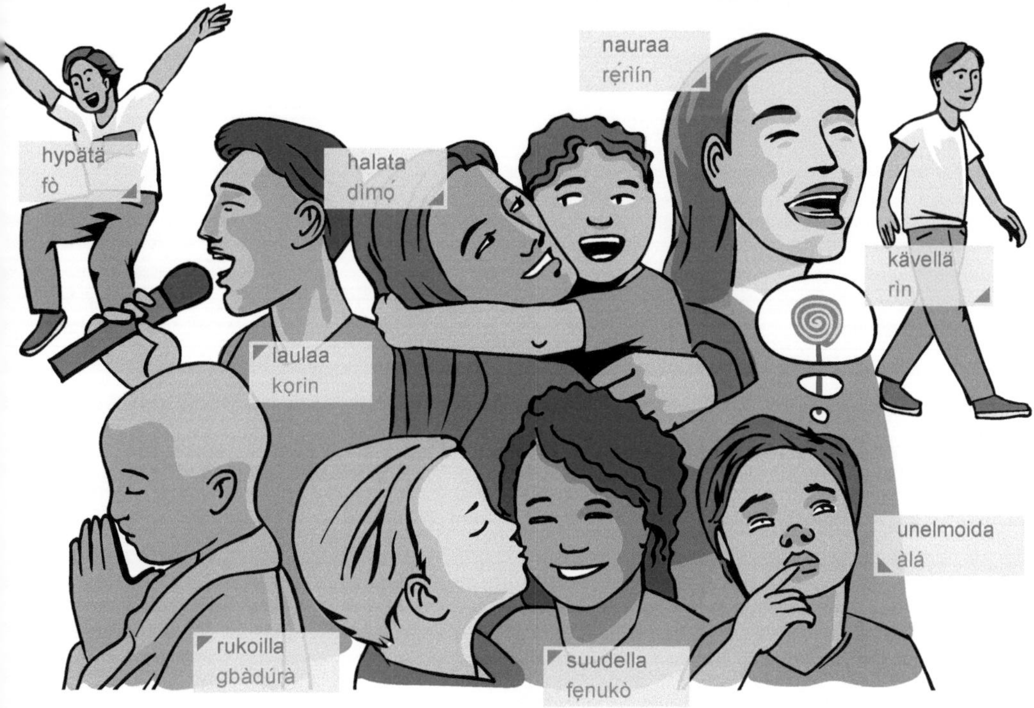

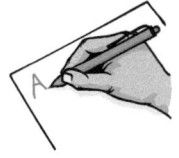

kirjoittaa
kọ̀wé

piirtää
yàwòrán

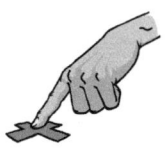

näyttää
fihàn

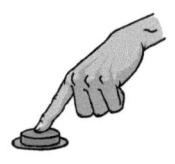

painaa
tì

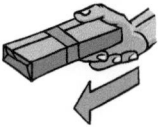

antaa
funni

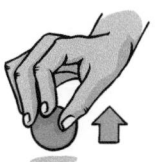

ottaa
mú

omistaa

ní

tehdä

şe

olla

jẹ́

seisoa

dúró

juosta

sáré

vetää

fà

heittää

jù

kaatua

şubú

maata

parọ́

odottaa

dúró

kantaa

gbé

istua

jókòó

pukeutua

múra

nukkua

sùn

herätä

jí

katsoa

wo

itkeä

kígbe

silittää

ọ̀pá

kammata

ìlarun

puhua

sọ̀rọ̀

ymmärtää

lóye

kysyä

bèrè

kuunnella

tẹtí

juoda

omi

syödä

jẹun

siivota

palẹ̀mọ́

rakastaa

ìfẹ́

keittää

dáná

ajaa

wakọ̀

lentää

fò

purjehtia

ìgbín

laskea

şírò

lukea

kàwé

oppia

kọ́

työskennellä

şişẹ́

mennä naimisiin

gbéyàwó

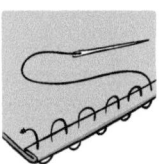

ommella

ránşọ

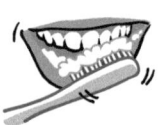

pestä hampaat

fọ eyín

tappaa

pa

tupakoida

mu sìgá

lähettää

firánşẹ́

mummo
ìyá ńlá

ukki
bàbá ńlá

ìsä
bàbá

äiti
ìyá

vauva
ọmọdé

tytär
ọmọbìnrin

poika
ọmọkùnrin

vieras

àlejò

täti

àbúrò ìyá

setä

àbúrò bàbá

veli

arákùnrin

sisko

arábìnrin

vartalo
ara

otsa
iwájú orí
silmä
ẹyinjú
olkapää
èjìká
sormet
ìka
kasvot
ojú
leuka
àgbọn
käsi
ọwọ́
rinta
ọyàn
jalka
ẹsẹ̀
käsivarsi
apá

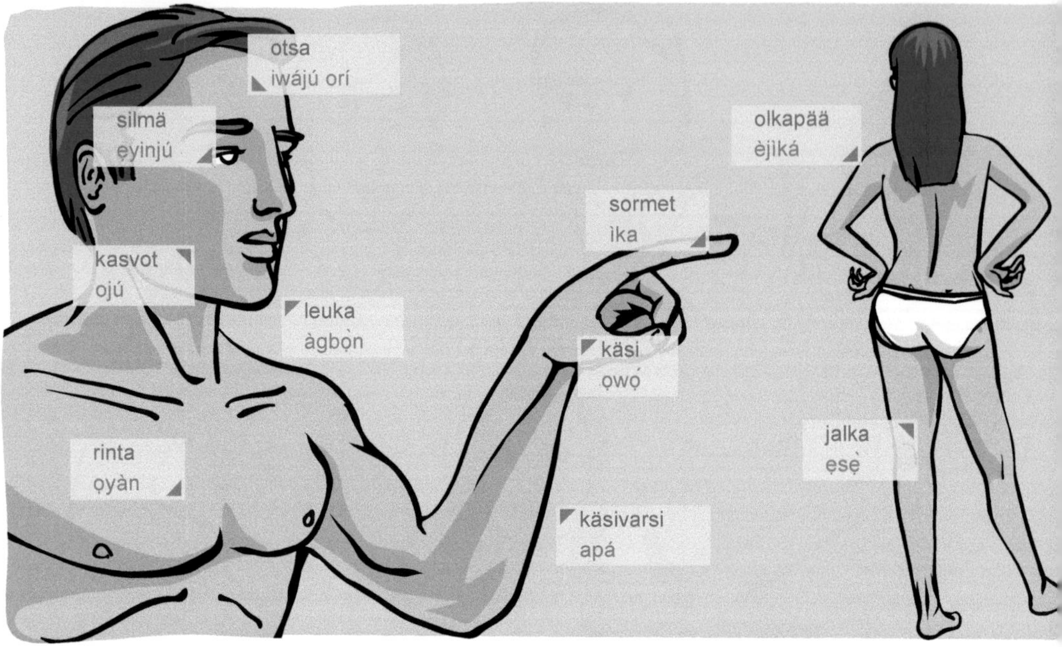

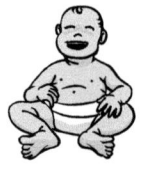

vauva
ọmọdé

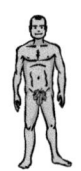

mies
ọkùnrin àgbà

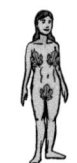

nainen
obìnrin àgbà

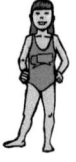

tyttö
obìnrin

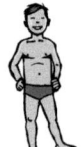

poika
ọkùnrin

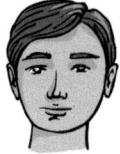

pää
orí

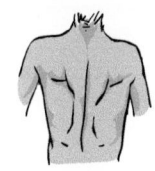

selkä
....
ẹ̀yìn

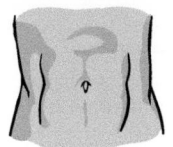

maha
....
inú

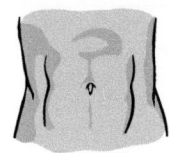

napa
....
ìdodo

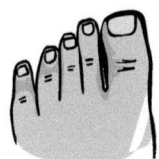

varvas
....
ìka ẹsẹ̀

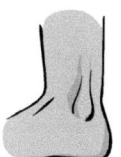

kantapää
....
ẹ̀yìn ẹsẹ̀

luu
....
egungun

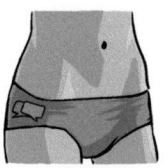

lantio
....
ìbàdí

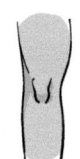

polvi
....
orúnkún

kyynärpää
....
ìgúpá

nenä
....
imú

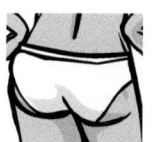

takapuoli
....
ìdí

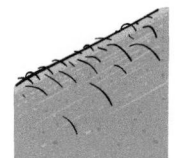

iho
....
awọ

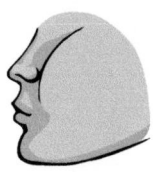

poski
....
ẹ̀rẹ̀kẹ́

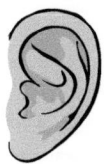

korva
....
etí

huuli
....
ètè

suu

ẹnu

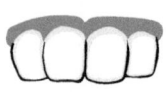

hammas

eyín

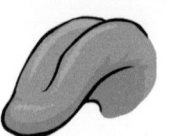

kieli

ahọ́n

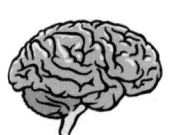

aivot

ọpọlọ

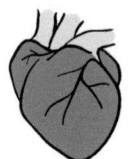

sydän

ọkàn

lihas

iṣan

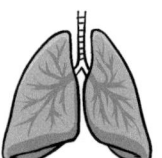

keuhkot

ìfun

maksa

ẹ̀dọ̀

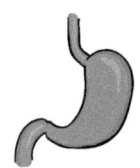

vatsa

ikùn

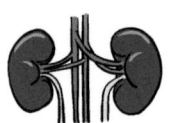

munuaiset

kíndìrín

seksi

ìbálòpọ̀

kondomi

rọ́bà àbò

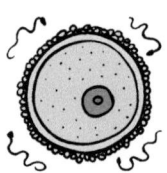

munasolu

ofumu

sperma

àtọ̀

raskaus

oyún

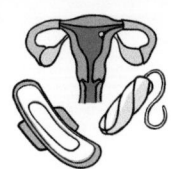

kuukautiset

ǹkan oṣù

vagina

òbò

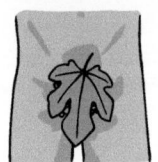

penis

okó

kulmakarvat

ìpénpéjú

hiukset

irun

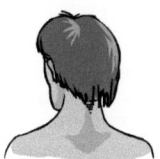

niska

ọrùn

sairaala
ilé ìwòsàn

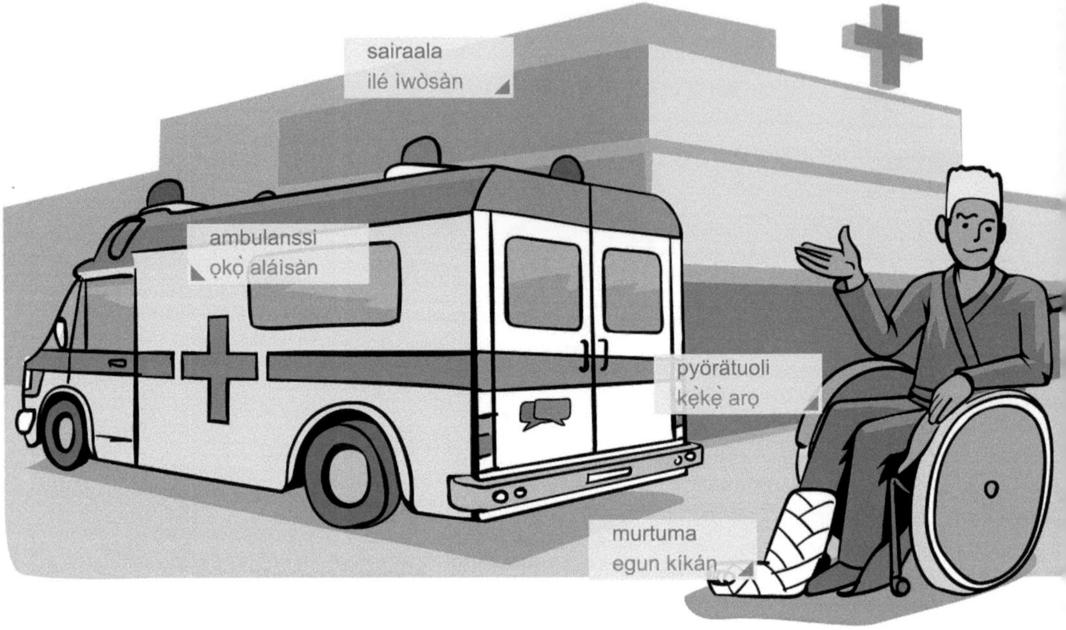

sairaala
ilé ìwòsàn
ambulanssi
ọkọ̀ aláìsàn
pyörätuoli
kẹ̀kẹ́ arọ
murtuma
egun kíkán

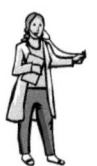

lääkäri

dókítà

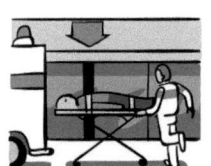

ensiapu

yàrá pàjáwìrì

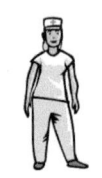

sairaanhoitaja

nọ́ọ̀sì

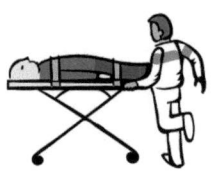

hätätilanne

pàjáwìrì

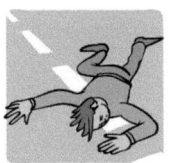

tajuton

dákú

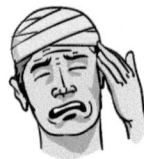

kipu

ìrora

vamma

egbò

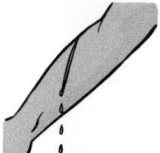

verenvuoto

ẹ̀jẹ̀ dídà

sydänkohtaus

àìsàn ọkàn

aivoinfarkti

rọpárọsẹ̀

allergia

àlébù ògùn

yskä

ikọ́

kuume

ibà

flunssa

ọ̀finkìn

ripuli

ìgbẹ́ gburu

päänsärky

ẹ̀fọ́rí

syöpä

jẹjẹrẹ

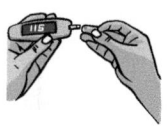

diabetes

ìtọ̀ ṣúgà

kirurgi

alábẹ

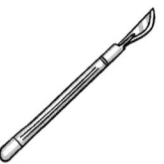

veitsi

abẹfẹ́lẹ́

leikkaus

iṣẹ́ abẹ

ct
CT

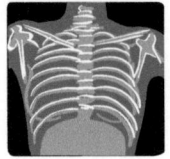

röntgen
x-ray

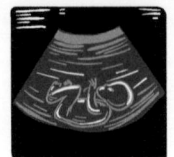

ultraääni
ọtirasandi

maski
aṣọ ìbòjú

sairaus
àrùn

odotushuone
yàrá ìdúró

sauva
ọ̀pá

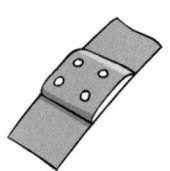

laastari
àlẹ̀mọ́

side
aṣọ àfiwé

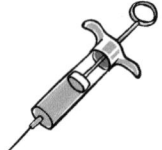

pistos
abẹrẹ́

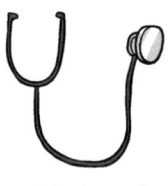

stetoskooppi
àyẹwò èémì

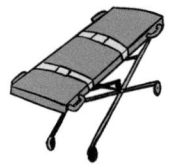

paarit
àtẹ aláìsàn

kuumemittari
ẹ̀rọ iwọ̀n oru ilé ìwòsàn

syntymä
ìbí

ylipaino
ìsanrajù

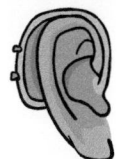

kuulolaite

ẹrọ àfigbọ́rọ̀

desinfiointiaine

apa kòkòrò

infektio

àkóràn

virus

kòkòrò

HIV / AIDS

Àrùn HIV / AIDS

lääke

òGùn

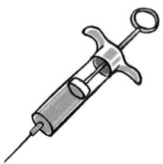

rokotus

àjẹsára

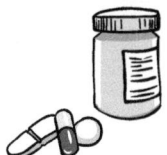

tabletit

tabulẹti

pilleri

òGùn

hätäpuhelu

ìpè pàjáwìrì

verenpainemittari

atọpinpin ẹ̀jẹ̀ ríru

sairas / terve

àìsàn / lera

Apua!

Ìrànlọ́wọ́!

hälytys

ìtanijí

ryöstö

ìluni

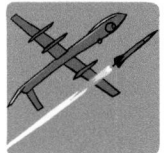

hyökkäys

ìdójukọ

vaara

ewu

hätäuloskäynti

ìjáde pàjáwìrì

Tulipalo!

Iná!

palosammutin

panápaná

onnettomuus

ìjàmbá

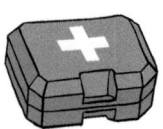

ensiapulaukku

àpótí ìtọ́jú aláìsàn

SOS

SOS

poliisilaitos

ọlọ́pàá

Eurooppa

Yuropu

Pohjois-Amerikka

North Amerika

Etelä-Amerikka

South Amerika

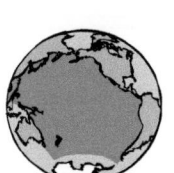

Afrikka

Afirika

Aasia

Esia

Australia

Osirelia

Atlantin valtameri

Atlantic

Tyynimeri

Pacific

Intian valtameri

Indian Ocean

Eteläinen jäämeri

Antarctic Ocean

Pohjoinen jäämeri

Arctic Ocean

pohjoisnapa

Òpó Ìlà Òrùn

etelänapa

Òpó Ìwọ̀ Òrùn

Antarktis

Antarctica

maa

Ayé

maa

ilẹ̀

meri

òkun

saari

erékùsù

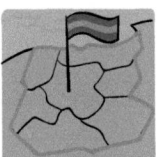

kansa

orílẹ̀-èdè

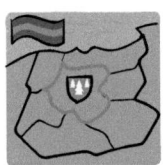

osavaltio

ìpínlẹ̀

kellotaulu
ojú aago

tuntiviisari
ọwọ́ wákàtí

minuuttiviisari
ọwọ́ ìṣẹ́jú

sekuntiviisari
ọwọ́ ìṣẹ́jú àáyá

Paljonko kello on?
Kínni aago sọ?

päivä
ojọ́

aika
àkókò

nyt
báyìí

digitaalikello
aago onínọ́mbà

minuutti
ìṣẹ́jú

tunti
wákàtí

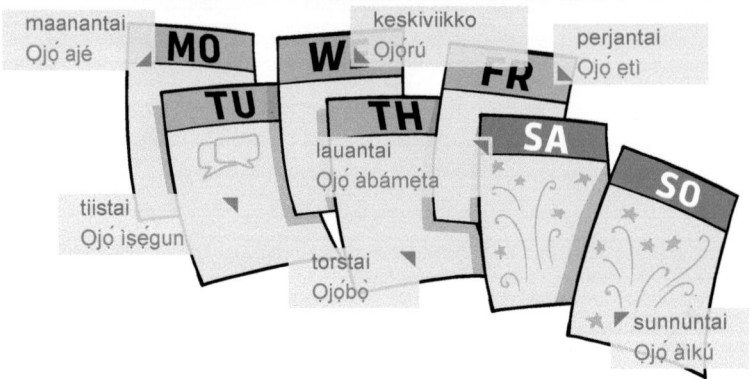

maanantai
Ojọ́ ajé

keskiviikko
Ojọ́rú

perjantai
Ojọ́ ẹtì

tiistai
Ojọ́ ìsẹ́gun

lauantai
Ojọ́ àbámẹ́ta

torstai
Ojọ́bọ

sunnuntai
Ojọ́ àìkú

eilen

àná

tänään

òní

huomenna

ọla

aamu

àárọ̀

keskipäivä

ọsán

ilta

ìrọ̀lẹ́

MO	TU	WE	TH	FR	SA	SU
1	2	3	4	5	6	7
8	9	10	11	12	13	14
15	16	17	18	19	20	21
22	23	24	25	26	27	28
29	30	31	1	2	3	4

työpäivät

àwọn ojọ́ iṣẹ́

MO	TU	WE	TH	FR	SA	SU
1	2	3	4	5	6	7
8	9	10	11	12	13	14
15	16	17	18	19	20	21
22	23	24	25	26	27	28
29	30	31	1	2	3	4

viikonloppu

iparí ọsẹ̀

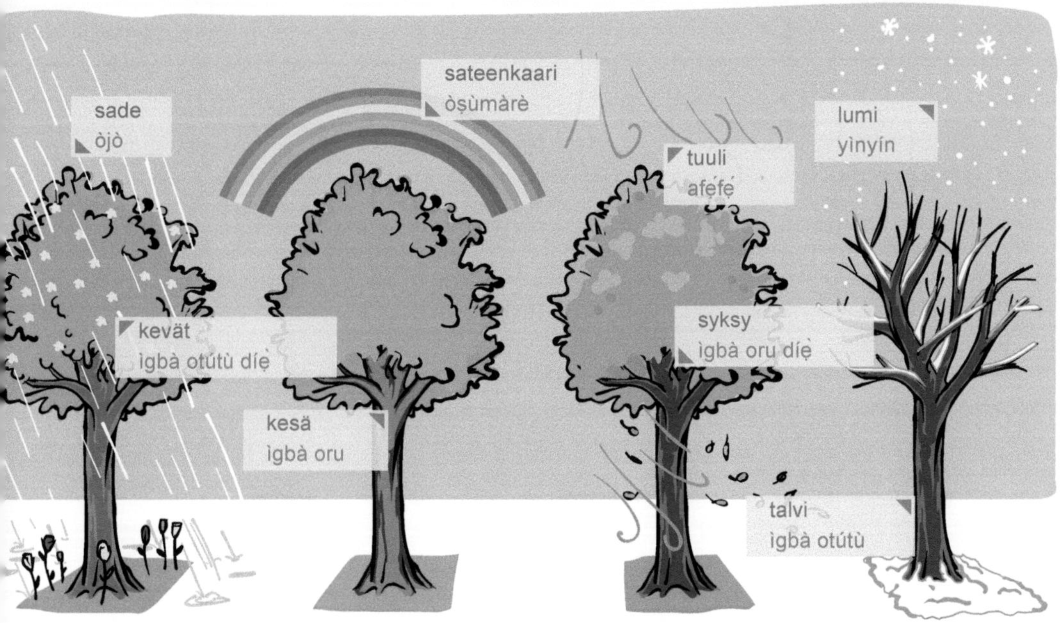

sade
òjò

sateenkaari
òsùmàrè

tuuli
afẹ́fẹ́

lumi
yìnyín

kevät
ìgbà otútù díẹ̀

syksy
ìgbà oru díẹ̀

kesä
ìgbà oru

talvi
ìgbà otútù

4.APRIL	11°	☀
5.APRIL	4°	☂
6.APRIL	13°	☂
7.APRIL	8°	❄
8.APRIL	10°	❄

sääennuste

ìsọtẹ́lẹ̀ ojú-ọjọ́

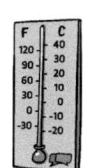

lämpömittari

ẹ̀rọ ìwọ̀n oru

auringonpaiste

ìtànsán òrùn

pilvi

òfurufú

sumu

ọ̀pọ̀lọ́

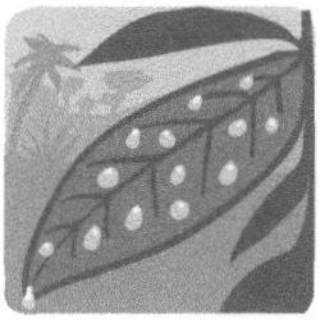

ilmankosteus

ọ̀gìnniti

salama

iná

ukkonen

àrá

myrsky

ìjì

rae

kùrukùru

monsuuni

afẹ́fẹ́

tulva

àgbàrá

jää

omi dídì

tammikuu

Oṣù kínní

helmikuu

Oṣù kejì

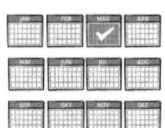

maaliskuu

Oṣù kẹẹ̀ta

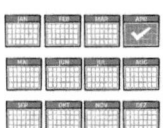

huhtikuu

Oṣù kẹẹ́rin

toukokuu

Oṣù kaàrún

kesäkuu

Oṣù kẹfà

heinäkuu

Oṣù keèje

elokuu

Oṣù keẹ̀jọ

syyskuu

Oṣù kẹẹ́sán

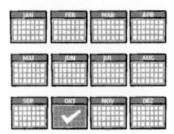

lokakuu

Oṣù keẹ̀wá

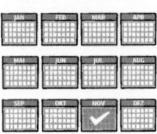

marraskuu

Oṣù kọkànlá

joulukuu

Oṣù kejìlá

ympyrä

róbótó

neliö

onígun mẹ́rin dọ́gba dọ́gba

suorakulmio

onígun mẹ́rin

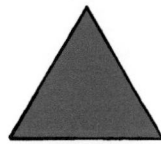

kolmio

onígun mẹ́ta

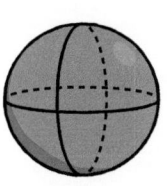

pallo

sifia

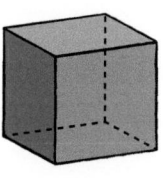

kuutio

kubu

valkoinen

funfun

keltainen

yẹlo

oranssi

olómi ọsàn

vaaleanpunainen

pinki

punainen

pupa

violetti

pọpu

sininen

bulu

vihreä

aláwọ̀ ewé

ruskea

buranu

harmaa

rẹsúrẹsú

musta

dúdú

paljon / vähän

oֈpoֈ / níwòֈnba

vihainen / ystävällinen

bínnú / farabalèֈ

kaunis / ruma

rֈewà / òbùrֈewà

alku / loppu

bíbֈerֈèֈ / òpin

suuri / pieni

ńlá / kékeré

vaalea / tumma

mֈolֈèֈ / dúdú

veli / sisko

arákùnrin / arábìnrin

puhdas / likainen

mímֈoֈ / dòֈtí

täydellinen / epätäydellinen

parí / àìparí

päivä / yö

oֈjֈoֈ / alֈeֈ

kuollut / elävä

kú / àyè

leveä / kapea

fֈeֈ / tínrín

syötävä / syömäkelvoton

jíjẹ / àìlèjẹ

paha / kiltti

ibi / dára

innostunut / tylsistynyt

dunnú / sísú

lihava / laiha

tóbi / tínrín

ensimmäinen / viimeinen

àkọ́kọ́ / ìgbẹ̀yìn

ystävä / vihollinen

ọ̀rẹ́ / ọ̀tá

täysi / tyhjä

kún / ṣófo

kova / pehmeä

le / rọ̀

painava / kevyt

wúwo / fúyẹ́

nälkä / jano

ebi / òhùngbẹ

sairas / terve

àìsàn / lera

laiton / laillinen

tàpá sófin / bá òfin mu

älykäs / tyhmä

ọlọ́gbọ́n / òmùgọ̀

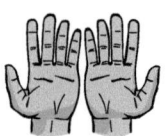

vasen / oikea

òsì / ọ̀tún

lähellä / kaukana

tòsí / jìnnà

uusi / käytetty

tuntun / àlòkù

ei mitään / jotain

àìsí nkan / níní nkan

vanha / nuori

arúgbó / ọ̀dọ́

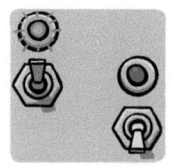

päällä / pois päältä

tàn / kú

auki / kiinni

ṣí / padé

hiljainen / äänekäs

dákẹ́ / pariwo

rikas / köyhä

lọ́rọ̀ / tòsì

oikein / väärin

tọ̀nà / àìtọ̀nà

karhea / sileä

àìdán / dán

surullinen / iloinen

banújẹ́ / dunú

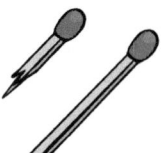

lyhyt / pitkä

kúrú / gùn

hidas / nopea

lọ́ra / yára

märkä / kuiva

tutù / gbẹ

lämmin / viileä

lọ́wọ́rọ́ / otútù

sota / rauha

ogun / àlàfíà

0	**1**	**2**
nolla	yksi	kaksi
òdo	méní	méjì

3	**4**	**5**
kolme	neljä	viisi
mẹ́ta	mẹ́rin	márùún

6	**7**	**8**
kuusi	seitsemän	kahdeksan
mẹ́fà	méje	mẹ́jọ

9	**10**	**11**
yhdeksän	kymmenen	yksitoista
mẹ́sàán	mẹ́wàá	mọ́kànlá

12

kaksitoista

méjìlá

13

kolmetoista

mẹ́tàlá

14

neljätoista

mẹ́rìnlà

15

viisitoista

mẹdogun

16

kuusitoista

marundinlógún

17

seitsemäntoista

mẹ́tàdínlógún

18

kahdeksantoista

méjìdínlógún

19

yhdeksäntoista

mọ́kàndínlógún

20

kaksikymmentä

ogún

100

sata

ọgọ́rùún

1.000

tuhat

ẹgbẹ̀rún

1.000.000

miljoona

miliọnu

englanti

Gẹ̀ẹ́sì

amerikanenglanti

Gẹ̀ẹ́sì Ilẹ̀ Amẹ́ríkà

mandariinikiina

Mandarini Ṣaina

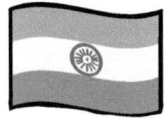

hindi

Hindi

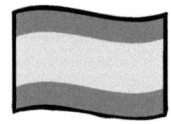

espanja

Sipaniṣi

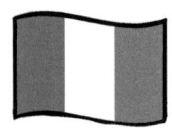

ranska

Faransé

arabia

Lárúbáwá

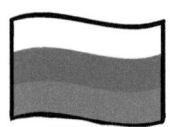

venäjä

Rọṣia

portugali

Pọtugi

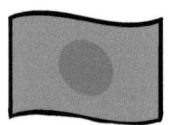

bengali

Bẹngali

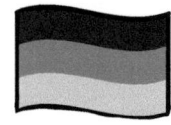

saksa

Jamani

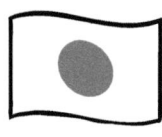

japani

Japanisi

minä

Èmi

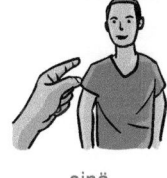

sinä

ìwọ

hän

ọkùnrin / obìnrin / nkan

me

àwa

te

ìwọ

he

àwọn

kuka?

tani?

mitä / mikä?

kínni?

miten?

báwo?

missä?

níbo?

milloin?

nígbà wo?

nimi

orúkọ

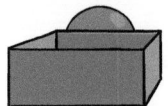

takana

lẹ́yìn

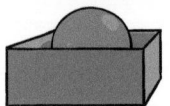

sisällä

inú

edessä

níwájú

yläpuolella

lókè

päällä

lórí

alapuolella

lábẹ́

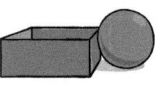

vieressä

lẹ́gbẹ̀ẹ́

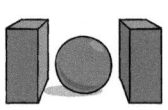

välissä

láàrín

paikka

ibi